INSIGHT PUBLICA

INSIGHT PUBLICA
Kozhikode, Kerala, India 673011
www.insightpublica.com
e-mail: insightpublica@gmail.com

Marunna Lokavum Marenda Udyogarthikalum

(Malayalam Study)

M. Sudhakaran

First Edition: November 2021

ISBN 978-93-5517-163-4

മാറുന്ന ലോകവും, മാറേണ്ട ഉദ്യോഗാർത്ഥികളും

കോവിഡ് കാലഘട്ടത്തിലെ തൊഴിലന്വേഷകർക്ക് ഒരു മാർഗ്ഗരേഖ

എം. സുധാകരൻ

INSIGHT PUBLICA®

കോഴിക്കോട് നഗരത്തിൽ 1946ൽ ജനനം. കോഴിക്കോട് സെന്റ് ജോസഫസ് ഹൈസ്കൂളിൽ സെക്കൻഡറി വിദ്യാഭ്യാസം. 1967ൽ മലബാർ ക്രിസ്ത്യൻ കോളേജിൽനിന്നും സുവോളജിയിൽ ബിരുദം നേടി. പിന്നീട് വിദൂരപഠനത്തിലൂടെ ബിസിനസ് മാനേജ്മെന്റിലും, പബ്ലിക് അഡ്മിനിസ്ട്രേഷനിലും ബിരുദാനന്തര ബിരുദങ്ങളും മാനേജ്മെന്റ് അനുബന്ധ വിഷയങ്ങളിൽ ബിരുദാനന്തര ഡിപ്ലോമകളും നേടി.

1969ൽ കേന്ദ്ര രഹസ്യാന്വേഷണ ബ്യൂറോയിൽ ഇന്റലിജൻസ് ഓഫീസറായി ജോലിയിൽ പ്രവേശിച്ചു. 16 വർഷത്തെ സേവനത്തിനുശേഷം ഇന്റലിജൻസ് ബ്യൂറോ വിട്ട് എംപ്ലോയീസ് സ്റ്റേറ്റ് ഇൻഷൂറൻസ് കോർപ്പറേഷനിൽ അസിസ്റ്റന്റ് ഡയറക്ടർ, ഇന്ത്യൻ ഓവർസീസ് ബാങ്ക് വിജിലൻസ് ഓഫീസർ, റീജ്യണൽ റൂറൽ ബാങ്ക് ജനറൽ മാനേജർ എന്നീ തസ്തികകളിൽ ജോലി നോക്കി. 2005ൽ സർക്കാർ സർവീസിൽനിന്ന് വിരമിച്ചതിനുശേഷം പല മാനേജ്മെന്റ് കോളേജുകളിലും വിസിറ്റിംഗ് പ്രൊഫസറും മനുഷ്യ വിഭവശേഷി പരിശീലകനുമായി ജോലി ചെയ്തുവരുന്നു.

മാനേജ്മെന്റ്, വിജിലൻസ്, ഹ്യൂമൻ റിസോഴ്സസ് ഡെവലപ്മെന്റ് തുടങ്ങിയ വിഷയങ്ങളിൽ, ഇംഗ്ലീഷിലും മലയാളത്തിലുമായി നിരവധി ലേഖനങ്ങൾ പ്രസിദ്ധീകരിച്ചിട്ടുണ്ട്.

എം. സുധാകരൻ

ആമുഖം

മാനവരാശിയുടെ ചരിത്രത്തിൽ തന്നെ അപൂർവ്വമായ ഒരു ദശാസന്ധിയിലൂടെയാണ് ലോകം ഇന്ന് കടന്നുപോകുന്നത്. ഒരു പുത്തൻ സാമ്പത്തിക സംസ്കാരം ഉരുത്തിരിഞ്ഞുവരുന്ന ഒരു വഴിത്തിരിവിലാണ് ലോകജനത എത്തിനിൽക്കുന്നത്. ഈ അവസ്ഥാന്തരങ്ങളിൽപെട്ടുഴലുന്ന ഉദ്യോഗാർത്ഥികൾക്ക് ഉപകാരപ്രദമാകണം എന്ന ഉദ്ദേശത്തോടെ എഴുതിയതാണ് ഈ പുസ്തകം.

പലപ്പോഴും ഉദ്യോഗാർത്ഥികൾ ആഗ്രഹിക്കുന്നതല്ല അവർക്ക് ലഭിക്കുന്നത്. അവർ അർഹിക്കുന്നത് മാത്രമേ അവർക്ക് നേടാൻ പറ്റൂ. ഈ അർഹത നേടിയെടുക്കാനുള്ള ശ്രമങ്ങൾക്ക് വേഗത കൂട്ടുവാനും, കോവിഡ്-19 ഉദ്യോഗാർത്ഥികളിൽ സൃഷ്ടിച്ച നിശ്ചലതയും, ഉൽക്കണ്ഠയും അകറ്റുവാനും ഈ കൃതി ഉദ്യോഗാർത്ഥികൾക്ക് പ്രയോജനപ്രദമാകും എന്ന് പ്രതീക്ഷിക്കുന്നു.

നിരവധി വിശിഷ്ട രചനകളിൽനിന്നും, ആഗോള പ്രശസ്തി യാർജ്ജിച്ച പഠനങ്ങളിൽനിന്നും ഉൾക്കൊണ്ട പല ആശയങ്ങളും, വസ്തുതകളും ഇതിന്റെ രചനയ്ക്കായി പ്രയോജനപ്പെടുത്തിയിട്ടുണ്ട്.

ഈ കൃതി പൂർത്തിയാക്കുവാൻ വേണ്ട പ്രേരണയും, പ്രചോദനവും നൽകിയ ഡോ. ഷിബു ജോസഫ് കോട്ടായിൽ (ചെയർമാൻ, സെന്റ് അൽഫോൻസ ഗ്രൂപ്പ് ഓഫ് ഇൻസ്റ്റിറ്റിയൂഷൻസ്) എല്ലാവിധ പിന്തുണയും മാർഗ്ഗനിർദ്ദേശങ്ങളും നൽകിയ ശ്രീ. ഏ.പി. നളിനൻ (പരിചയ സമ്പന്നനായ പത്രപ്രവർത്തകൻ, ഗ്രന്ഥകർത്താവ്) എന്നിവരോടുള്ള ഹൃദയംനിറഞ്ഞ നന്ദി രേഖപ്പെടുത്തുന്നു. ഈ കൃതിയിൽ

ഉൾക്കൊള്ളിച്ചിട്ടുള്ള ആശയങ്ങളും, വസ്തുതകളും ഉദ്യോഗാർത്ഥികൾക്ക് സഹായകമായി തീരുമെന്ന് പ്രത്യാശിക്കുന്നു.

സഹൃദയരായ വായനക്കാരുടെ വിലയേറിയ നിർദ്ദേശങ്ങളും, അഭിപ്രായങ്ങളും പ്രതീക്ഷിക്കുന്നു.

എം.സുധാകരൻ

E-mail: sudhakarclt69@gmail.com

ഉള്ളടക്കം

കോവിഡിൽ തകിടംമറിയുന്ന തൊഴിൽ വിപണി

"സ്വാഭാവികവും, യാദൃച്ഛികവുമായ മാറ്റങ്ങളുടെ പരമ്പരയാണ് ജീവിതം. അവയെ പ്രതിരോധിക്കുവാൻ ശ്രമിക്കുന്നത് ദുഃഖം മാത്രമേ നൽകുകയുള്ളൂ".

ലാവോത്സു

മനുഷ്യ ചരിത്രത്തിൽ തന്നെ അപൂർവ്വമായ ഒരു പ്രതിസന്ധി ഘട്ടത്തിലൂടെയാണ് ഇന്ന് മാനവരാശി കടന്നുപോകുന്നത്.

കോവിഡ്-19 എന്ന മഹാമാരി സൃഷ്ടിച്ച അനിശ്ചിതത്വത്തിന്റെയും, മാറ്റങ്ങളുടെയും ചുഴിയിൽപെട്ട് മുഴുവൻ ലോകവും ആടിയു ലയുകയാണ്. എല്ലാ ആസൂത്രണങ്ങളുടെയും താളം തെറ്റിച്ച കൊണ്ട് ആഗോള സാമ്പത്തിക വിപണി മാറിമറിയുന്നു. എല്ലാവരും അവരവരുടെ രീതിയിൽ, പലപ്പോഴും ഊഹങ്ങളുടെ അടിസ്ഥാന ത്തിൽ പ്രവചനങ്ങൾ നടത്തുന്നതല്ലാതെ കൃത്യമായ ഒരു പരിഹാരം നിർദ്ദേശിക്കുവാൻ ബിസിനസ്-രാഷ്ട്രീയ നേതൃത്വങ്ങൾക്ക് കഴിയുന്നില്ല. സമഗ്രവും സമാനതകളില്ലാത്തതുമായ ഒരു ചരിത്രമാറ്റത്തിന്റെ വഴിത്തിരിവിലാണ് ലോകം. മനുഷ്യജീവിതത്തിന്റെ സമസ്തമേഖലകളിലും മൗലിക മാറ്റങ്ങളാണ് സംഭവിച്ചുകൊണ്ടിരിക്കുന്നത്.

അടിമുടി മാറുന്ന ബിസിനസ് രംഗം

തൊഴിൽ വിപണി എല്ലായ്പ്പോഴും ബിസിനസ് രംഗവുമായി ബന്ധപ്പെട്ടുകൊണ്ടാണ് നിലനിൽക്കുന്നത്. ബിസിനസ് രംഗത്തു ണ്ടാകുന്ന നേരിയ ചലനങ്ങൾപോലും തൊഴിൽ വിപണിയിൽ ദൂരവ്യാപകമായ

പ്രതിഫലനങ്ങൾ സൃഷ്ടിക്കും. ബിസിനസ് ലോകം ഇന്ന് പ്രവചനാതീതമായ അനിശ്ചിതത്വത്തിന്റെ നിഴലിലാണ്. അതിവേഗം ആഗോളവൽക്കരണത്തിലേക്ക് കുതിച്ചു കൊണ്ടിരി ക്കുന്ന ലോകം ഇന്ന് വീണ്ടും സ്വയംപര്യാപ്തതയിലൂന്നിയ ദേശീയതയിലേക്ക് തിരിച്ചു പോവുകയാണോ എന്ന് സംശയിക്കേണ്ടിയിരിക്കുന്നു. ഏതായാലും ആഗോളവൽക്കരണത്തിന്റെ കാലം കഴിഞ്ഞു എന്നതന്നെയാണ് എല്ലാ ലഭ്യമായ സൂചനകളും നമ്മോട് പറയുന്നത്. വളരെക്കാലമായി തുടർന്നു വരുന്ന പല ബിസിനസ് മാതൃകകളും ഇന്ന് മാറ്റത്തിന്റെ പാതയിലാണ്. ബിസിനസ് നടത്തിപ്പ് മുൻപൊരിക്കലും ഇല്ലാത്ത വിധത്തിൽ സങ്കീർണ്ണമായി തീർന്നിരിക്കുന്നു. ഒരിക്കലും പ്രതീക്ഷിക്കാത്ത വേഗത്തിലാണ് ലോകത്ത് സാമ്പത്തിക പ്രവർത്തനങ്ങൾ നിലയ്ക്കുന്നതെന്നും ഇതിനു മുമ്പ് ഇങ്ങനെയൊന്നുണ്ടായിട്ടില്ലെന്നുമാണ് ഐ.എം.എഫ്. ഉപദേഷ്ടാവ് ഗീതാ ഗോപിനാഥ് അഭിപ്രായപ്പെട്ടത്. മഹാമാരി ഉയർത്തുന്ന പുത്തൻ വെല്ലുവിളികളെ നേരിടാൻ പുതിയ മാർഗ്ഗങ്ങൾ കണ്ടെത്താനുള്ള പരീക്ഷണങ്ങളാണ് ഇന്ന് ബിസിനസ് രംഗത്ത് നടക്കുന്നത്. കടുത്ത മത്സരത്തിൽ പിടിച്ചുനിൽക്കാനാ വാതെ പല സ്ഥാപനങ്ങൾക്കും വിപണി വിട്ടുപോകേണ്ടിവന്നു. കാലാനുസൃതമായ മാറ്റങ്ങൾ ഉൾക്കൊള്ളാനും, പ്രവർത്തന രീതി കളിൽ മാറ്റം വരുത്താനും വേണ്ടിവരുന്ന വേഗതയാണ് ഇന്ന് വിജയത്തിന്റെ മുഖ്യ അളവുകോൽ. പല സ്ഥാപനങ്ങളുടെയും ഏക അജണ്ട അതിജീവനം എന്നത് മാത്രമായിരിക്കുന്നു. ബിസിനസ് രംഗത്തെ ഈ മാറ്റങ്ങൾ തൊഴിൽ വിപണിയേയും ഉദ്യോഗാർത്ഥികളെയും എങ്ങനെയെല്ലാം ബാധിച്ചേക്കാനിടയുണ്ടെന്ന് പരിശോധിക്കാം.

കുറയുന്ന തൊഴിലവസരങ്ങൾ

രണ്ടാം ലോകമഹായുദ്ധത്തിനുശേഷം തൊഴിൽ രംഗം നേരിടുന്ന ഏറ്റവും വലിയ ഭീഷണിയാണ് കോവിഡ്-19 സൃഷ്ടിച്ചിരിക്കുന്നത് എന്നാണ് ഇന്റർനാഷണൽ ലേബർ ഓർഗനൈസേഷന്റെ വിലയിരുത്തൽ. ആഗോളതലത്തിൽ ഏതാണ്ട് ഇരുപത്തിയഞ്ച് ദശലക്ഷം തൊഴിലവസരങ്ങൾ കോവിഡ് കവർന്നെടുക്കുമെന്നാണ് ഐ.എൽ.ഒ. യുടെ കണക്ക്.

ഇന്ത്യയെ സംബന്ധിച്ചിടത്തോളം കഴിഞ്ഞ നൂറ്റാണ്ടിലുണ്ടായ ഏറ്റവും ഉയർന്ന തൊഴിലില്ലായ്മ നിരക്കാണ് (6.1%) 2017 18ൽ രേഖപ്പെടുത്തിയിരുന്നത്. അല്പം ആശ്വാസത്തിനവസരം നൽകി ക്കൊണ്ട് 2018-19ൽ ഇത് 5.8 ശതമാനമായി കുറഞ്ഞുനിൽക്കുന്ന ഘട്ടത്തിലായിരുന്നു മഹാമാരിയുടെ രംഗപ്രവേശം. എല്ലാ കണക്കു കൂട്ടലുകളേയും തെറ്റിച്ച് ഇന്ന് സാമ്പത്തിക വളർച്ച താഴോട്ടേക്ക് പോകുന്ന അവസ്ഥയിൽ

ഉപഭോഗത്തിൽ വൻ കുറവാണ് സംഭവിച്ചു കൊണ്ടിരിക്കുന്നത്. വിപണിയിൽ നേതൃത്വം വഹിച്ചിരുന്ന പല കമ്പനികൾപോലും ഇന്ന് ആശങ്കയുടെ നിഴലിലാണ്. കടുത്ത വിപണി മത്സരത്തെ അതിജീവിക്കുവാൻ എങ്ങനെയെല്ലാം പ്രവർത്തന ചെലവ് കുറയ്ക്കാമെന്നുള്ളതാണ് സ്ഥാപനങ്ങളുടെ പ്രധാന ചിന്ത. അനിശ്ചിതത്വം ഉയർത്തുന്ന അസാധാരണ വെല്ലുവിളികൾക്കിടയിൽ പുതിയ നിയമനങ്ങൾ എത്രത്തോളം കുറയ്ക്കാൻ പറ്റും എന്നതിലായിരിക്കും ബിസിനസ് സ്ഥാപനങ്ങൾ ശ്രദ്ധ കേന്ദ്രീകരിക്കുക. ഇത് തൊഴിലവസരങ്ങളുടെ എണ്ണത്തിൽ ഗണ്യമായ കുറവ് വരുത്തിയേക്കാം.

കേരളത്തിന്റെ സ്ഥിതി കൂടുതൽ സങ്കീർണ്ണമാണ്. ഗൾഫ് നാടുകളിൽനിന്നും തിരിച്ചെത്തുന്ന മലയാളികൾ ഇവിടുത്തെ തൊഴിലന്വേഷകരുടെ എണ്ണം വർദ്ധിപ്പിക്കുന്നു. കരിയറിന്റെ വിവിധ ഘട്ടങ്ങളിലുള്ളവർ പലപ്പോഴും കുറഞ്ഞ വേതനത്തിന് ജോലി ചെയ്യാനും സന്നദ്ധരാകുന്നു. ഇവരിൽ പലരും പരിചയസമ്പന്നരും, തൊഴിൽ വൈദഗ്ദ്ധ്യം നേടിയവരുമായിരിക്കും. ഇത് ആദ്യ ജോലിക്കായി ശ്രമിക്കുന്ന തൊഴിലന്വേഷകരുടെ ജോലി സാദ്ധ്യതകൾക്ക് മങ്ങലേൽപ്പിക്കുവാൻ സാദ്ധ്യതയുണ്ട്. പ്രത്യേകിച്ചും സ്വകാര്യമേഖലയിൽ.

തിരഞ്ഞെടുപ്പ് രീതികൾ മാറുന്നു

തൊഴിലവസരങ്ങൾ കുറയുകയും, തൊഴിലന്വേഷകരുടെ എണ്ണം കൂടുകയും ചെയ്യുന്ന സാഹചര്യത്തിൽ തൊഴിൽ വിപണിയിലെ മത്സരം കടുക്കുന്നു. മാത്രമല്ല, തികച്ചും അനുയോജ്യരല്ലാത്ത ജീവനക്കാരെ നിയമിക്കുക എന്ന പരീക്ഷണത്തിന്, അതിജീവന കെണിയിൽപെട്ട് നട്ടം തിരിയുന്ന ഒരു തൊഴിൽദാതാവും തയ്യാറാവുകയില്ല. ഈ പശ്ചാത്തലത്തിൽ മത്സര പരീക്ഷകളും, അഭിമുഖങ്ങളുമടക്കമുള്ള എല്ലാ തിരഞ്ഞെടുപ്പ് രീതികളും കൂടുതൽ കർശനമാക്കുകയും ചെയ്യും. അർഹതയുള്ളവരെ മാത്രം നിയമിക്കുക എന്നതായിരിക്കും കോവിഡാനന്തര കാലത്ത് തൊഴിലുടമകളുടെ നയം. തൊഴിൽദായകർ തൊഴിലന്വേഷകരിൽ കണ്ടെത്താനാഗ്രഹിക്കുന്ന യോഗ്യതകളിലും കഴിവുകളിലുമെല്ലാംതന്നെ മാറ്റങ്ങൾ വന്നുകൊണ്ടിരിക്കുന്നു. ഈ മാറ്റങ്ങൾക്കനുസരിച്ച് തിരഞ്ഞെടുപ്പ് രീതികളിലും സാരമായ മാറ്റങ്ങൾ വരുത്തികൊണ്ടിരിക്കുകയാണ് പല സ്ഥാപനങ്ങളും. ഈ പുത്തൻ രീതികളുമായി താദാത്മ്യം പ്രാപിക്കുന്ന ഉദ്യോഗാർത്ഥികളായിരിക്കും കോവിഡാനന്തര കാലത്ത് വിജയം കരസ്ഥമാക്കുക.

'ഗിഗ്' ഇക്കണോമിയുടെ വളർച്ച

ഒരു സ്ഥിരം ജോലി സ്വപ്നം കാണുന്ന തൊഴിലന്വേഷകരെ പ്രതികൂലമായി ബാധിച്ചേക്കാവുന്ന മറ്റൊരു ഘടകമാണ് ഗിഗ് ഇക്കണോമിയുടെ വളർച്ച. സ്ഥിരം ജീവനക്കാരെ കഴിയുന്നത്ര കുറയ്ക്കുകയും, പാർട്ടൈം, ഫ്രീലാൻസ്, കരാർ തുടങ്ങിയ വ്യവസ്ഥകളിൽ ജോലിചെയ്യുന്നവരെ കൂടുതൽ പ്രയോജനപ്പെടുത്തുകയും ചെയ്യുന്ന സാമ്പത്തിക വ്യവസ്ഥിതിയാണ് 'ഗിഗ്' ഇക്കണോമി എന്നറിയപ്പെടുന്നത്. കർശനമായ തൊഴിൽ നിയമങ്ങൾ ബാധകമല്ലാത്തതും, മറ്റ് അനുബന്ധ ആനുകൂല്യങ്ങൾ നൽകേണ്ടാത്തതുമായ ഇത്തരം ജീവനക്കാർ സ്ഥാപന ഉടമകളെ സംബന്ധിച്ചേടത്തോളം കൂടുതൽ സൗകര്യപ്രദവും, ലാഭകരവുമാണ്. ഏൽപ്പിച്ച ജോലി നിശ്ചിതസമയത്തിനുള്ളിൽ, നിശ്ചിത നിരക്കിൽ ചെയ്ത് തീർക്കുന്നതോടെ സ്ഥാപനങ്ങളും 'ഗിഗ്' ജീവനക്കാരുമായുള്ള ബന്ധം അവസാനിക്കുന്നു. ഗൾഫ് നാടുകളിൽനിന്നും തിരിച്ചെത്തിയവർ, വീട്ടമ്മമാർ, മറ്റു മേഖലകളിൽ നിന്നും പെൻഷൻ പറ്റിയവർ തുടങ്ങി പലരും ഈ വ്യവസ്ഥ ഉപയോഗപ്പെടുത്തുന്നുണ്ട്. അതേ സമയം ഒരു സുസ്ഥിര ജോലിയും വരുമാനവും ആഗ്രഹിക്കുന്ന യുവ തൊഴിലന്വേഷകർക്ക് ഗിഗ് ഇക്കണോമി ഒരു ഭീഷണിയാകാനാണ് സാധ്യത.

കുറയുന്ന വേതനനിരക്ക്

കോവിഡിന്റെ വ്യാപനം ഉപഭോഗത്തിൽ വൻ കുറവ് വരുത്തി. ഇത് സ്ഥാപനങ്ങളുടെ ലാഭവിഹിതത്തെ സാരമായി കുറച്ചു. ലാഭത്തിൽ വന്നു ചേർന്ന ഈ കുറവ് നികത്താനായി മിക്കവാറും എല്ലാ തൊഴിലുടമകൾക്കും പ്രവർത്തന ചെലവ് വൻതോതിൽ വെട്ടിക്കുറക്കേണ്ടതായി വന്നു. പ്രതിസന്ധികളെ തരണം ചെയ്തു സ്വന്തം നിലനിൽപ്പ് ഉറപ്പിക്കുവാനുള്ള ബദ്ധപ്പാടിൽ ജീവനക്കാരുടെ ക്ഷേമവും, വളർച്ചയും, സ്ഥാപനത്തിന്റെ വികസനവും എല്ലാം തന്നെ പിന്തള്ളപ്പെട്ടു. ഇത് ഉദ്യോഗാർഥികളെ മാത്രമല്ല നിലവിലുള്ള ജീവനക്കാരെയും പ്രതികൂലമായി ബാധിച്ചു എന്നുള്ളതാണ് യാഥാർത്ഥ്യം. പല വൻകിട സ്ഥാപനങ്ങൾപോലും ജീവനക്കാരുടെ പല അലവൻസുകളും വെട്ടിച്ചുരുക്കി. ശമ്പള നിരക്കിൽ തന്നെ കുറവ് വരുത്തിയ സ്ഥാപനങ്ങളുടെ എണ്ണവും ചെറുതല്ല.

ഡിജിറ്റലൈസേഷന്റെ വ്യാപനം

കോവിഡ് ഡിജിറ്റലൈസേഷന്റെ വ്യാപനം ത്വരിതപ്പെടുത്തി. വ്യക്തികൾ തമ്മിൽ നേരിട്ടിടപെടേണ്ടിവരുന്ന പല ഇടപാടുകൾക്കും വന്നുചേർന്ന തടസ്സങ്ങൾ പരിഹരിക്കുവാൻ ഡിജിറ്റലൈസേഷൻ ഒഴിച്ചുകൂടാനാവാത്ത സ്ഥിതിയായി. ആരോഗ്യം, വിദ്യാഭ്യാസം, ബാങ്കിങ്ങ് തുടങ്ങിയ പല മേഖലകളിലും ഡിജിറ്റലൈസേഷന്റെ അതിവേഗ

വളർച്ചയ്ക്ക് സാമൂഹ്യഅകലവ്യവസ്ഥ കാരണമായിത്തീർന്നു. ഇത് വരും കാലങ്ങളിൽ സാങ്കേതിക നിപുണതയുടെ ആവശ്യം വൻതോതിൽ വർദ്ധിപ്പിക്കും. നിർമ്മിത ബുദ്ധി, വിർച്വൽ റിയാലിറ്റി, ഓഗ്മെന്റഡ് റിയാലിറ്റി തുടങ്ങിയ നവീന സാങ്കേതികവിദ്യകളുടെ പ്രാധാന്യം വർദ്ധിക്കും. പുതുതായി സൃഷ്ടിക്കപ്പെടുന്ന അവസരങ്ങൾക്കൊത്തുയരാൻ ഉദ്യോഗാർഥികളുടെ യോഗ്യതകളിലും തൊഴിൽ നൈപുണ്യങ്ങളിലുമെല്ലാം പൊളിച്ചെഴുത്തുകൾ ആവശ്യമായി തീരും. നിരന്തരമായ സ്വയം നവീകരണത്തിലൂടെയും, തുടർ പരിശീലനത്തിലൂടെയും മാത്രമേ ഇത് സാധ്യമാകൂ.

സർട്ടിഫിക്കറ്റുകളുടെ പ്രാധാന്യം കുറയുന്നു

പുതുതായി ഉരുതിരിഞ്ഞു വരുന്ന തിരഞ്ഞെടുപ്പ് രീതികളിൽ വിദ്യാഭ്യാസയോഗ്യത തെളിയിക്കുന്ന സർട്ടിഫിക്കറ്റ് ഒരു പ്രവേശന പാസ് മാത്രമായിത്തീരും. അക്കാദമിക്ക് പരീക്ഷകളിൽ നേടിയമാർക്കിന്റെ അടിസ്ഥാനത്തിൽ മാത്രം ജോലി നേടുക എന്നത് ഭാവിയിൽ സാദ്ധ്യമല്ലാതായി തീരും. സർട്ടിഫിക്കറ്റുകളുടെ മൂല്യവും, വിശ്വാസ്യതയും എല്ലാം തന്നെ നാൾക്കുനാൾ കുറഞ്ഞു കൊണ്ടിരിക്കുകയാണ്. കോവിഡാനന്തരലോകം കാഴ്ചവെക്കുന്ന പുത്തൻ വെല്ലുവിളികളെ നേരിടാൻ കഴിവുള്ള ജീവനക്കാരെയായിരിക്കും തൊഴിലുടമകൾക്കാവശ്യം. ഇതിന് അക്കാദമിക് യോഗ്യതകൾ മാത്രം പോരാ. പ്രവർത്തന മികവ്, പ്രശ്നപരിഹാരശേഷി, കടുത്ത വെല്ലുവിളികൾക്ക് മുന്നിലും സമചിത്തത കൈവിടാതിരിക്കുവാനുള്ള കഴിവ് തുടങ്ങിയ മറ്റ് പല നൈപുണ്യങ്ങൾ കൂടി ആവശ്യമാണ്. തൊഴിൽദായകരുടെ ആവശ്യങ്ങളിൽ വന്നുചേർന്ന ഈ മാറ്റങ്ങൾ ഉൾക്കൊണ്ട് സ്വന്തം യോഗ്യതകളിലും നൈപുണ്യങ്ങളിലും കാലോചിതമായ മാറ്റങ്ങൾ വരുത്തുവാനാണ് ഉദ്യോഗാർത്ഥികൾ ശ്രമിക്കേണ്ടത്.

കോവിഡിന് മുൻപുണ്ടായിരുന്ന ശക്തമായ തൊഴിൽ കമ്പോളം ഇന്ന് നിലവിലില്ല. കോവിഡാനന്തര കാലത്തെ നവസാധാരണ യുഗത്തിനുവേണ്ടി തയ്യാറാകുക എന്നുള്ളതാണ് ഉദ്യോഗാർഥി കളുടെ കടമ. മാറ്റങ്ങളെ മുൻകൂട്ടികണ്ട്, മാറ്റങ്ങൾക്കനുസരിച്ച് സ്വയം മാറുക എന്നുള്ളതാണ് അതിജീവനത്തിനുള്ള പോംവഴി. നേടിയ യോഗ്യതയും, നൈപുണ്യവും കാലത്തിന്റെ കുത്തൊഴുക്കിൽ കാലഹരണപ്പെട്ട് പോകാതിരിക്കുവാനും, പുതിയവ സ്വായത്തമാക്കുവാനും തുടർച്ചയായ സ്വയം നവീകരണം ആവശ്യമാണ്. ഇതിനുള്ള മാർഗ്ഗങ്ങളാണ് അടുത്ത അദ്ധ്യായങ്ങളിൽ വിവരിച്ചിരിക്കുന്നത്.

മാറുന്ന കാലത്തിന്റെ മാറുന്ന ആവശ്യങ്ങൾ

"പ്രതിസന്ധികളെ നേരിടാനായി രണ്ടു മാർഗ്ഗങ്ങളെ ഉള്ളൂ. ഒന്ന് പ്രതിസന്ധികളിൽ മാറ്റം വരുത്തുക. അതല്ലെങ്കിൽ പ്രതിസന്ധികളെ നേരിടാനായി സ്വയം മാറുക"

- ഫൈലിസ് ബോട്ടം

കോവിഡാനന്തര കാലം അതിജീവനത്തിന്റെ കാലംകൂടിയാണ്. മാറ്റങ്ങളുടെ വേഗത മുൻപൊരിക്കലുമുണ്ടായിട്ടില്ലാത്തത്ര വർദ്ധിച്ചിരിക്കുന്നു. റോബോട്ടിക്സ്, നിർമ്മിതബുദ്ധി തുടങ്ങിയ സാങ്കേതിക വിദ്യകളുടെ വളർച്ച, ഡിജിറ്റലൈസേഷന്റെ വ്യാപനം, ഗിഗ് ഇക്കണോമി തുടങ്ങിയവയെല്ലാം ചേർന്ന് പുതിയൊരു തൊഴിൽ സംസ്കാരംതന്നെ രൂപപ്പെട്ടുവരുന്നു. ഈ മാറ്റങ്ങളുടെ ചുഴിയിൽ അകപ്പെട്ട ബിസിനസ് മാതൃകകളും മാറിമറിയുന്നു. പോയകാലത്തിന്റെ തെറ്റുകൾ തിരുത്താനും, വരാനിരിക്കുന്ന പരിമിതികളെ മറികടക്കുവാനുമുള്ള അവസരമാണ് അതിജീവനകാലം ബിസിനസ് ലോകത്തിന് കാഴ്ചവയ്ക്കുന്നത്.

ഈ പരിതസ്ഥിതിയിൽ സ്ഥാപനങ്ങൾ വിജയകരമായി നടത്തിക്കൊണ്ടു പോകാൻ കൂടുതൽ പ്രാപ്തിയും കാര്യക്ഷമതയുമുള്ള ജീവനക്കാർ ആവശ്യമാണ്. ഈ ആവശ്യത്തിനനുസരിച്ച് തൊഴിൽദായകർ, ഉദ്യോഗാർത്ഥികളിൽ കണ്ടെത്താൻ ആഗ്രഹിക്കുന്ന കഴിവുകളിലും യോഗ്യതകളിലുമെല്ലാം തന്നെ മാറ്റങ്ങൾ സംഭവിച്ചുകൊണ്ടിരിക്കുന്നു. ഈ

പ്രത്യേക സാഹചര്യങ്ങളിൽ വരുംകാലത്തെ തൊഴിൽ വിപണിയിൽ കൂടുതൽ വിലമതിക്കപ്പെടാനിടയുള്ള ചില പ്രത്യേക നൈപുണ്യങ്ങളുണ്ട്. അവയേതെല്ലാം എന്ന് പരിശോ ധിക്കാം.

ഭാവിയിൽ കൂടുതൽ വിലമതിക്കപ്പെടാനിടയുള്ള ചില നൈപുണ്യങ്ങൾ:

1. ഇമോഷണൽ ക്വോഷ്യന്റ് EQ

ഭാവിയിൽ ഇന്റലിജൻസ് ക്വോഷ്യന്റ് എന്നറിയപ്പെടുന്ന ബൗദ്ധിക നിലവാരത്തെക്കാൾ കൂടുതൽ പ്രാധാന്യം ഇമോഷണൽ ക്വോഷ്യന്റ് EQ എന്ന വൈകാരിക നിലവാരത്തിന് ലഭിക്കും. സ്വന്തം മനസ്സിനെ അറിയുവാനും, നിയന്ത്രിക്കുവാനും ഏതു സാഹചര്യത്തിലും വൈകാരിക സന്തുലനം നിലനിർത്തു വാനുമുള്ള കഴിവാണ് EQ എന്നതുകൊണ്ട് ഉദ്ദേശിക്കുന്നത്. ഏതവസരത്തിലും സമചിത്തത കൈവിടാതെ വൈകാരിക സമ്മർദ്ദങ്ങൾക്കടിമയാകാതെ, കാര്യക്ഷമമായി പ്രതിസന്ധികളെ തരണം ചെയ്യുവാൻ EQ സഹായിക്കുന്നു. സ്വന്തം വികാരങ്ങളെ തിരിച്ചറിയുന്നതിനോടൊപ്പം, അത് മറ്റുള്ളവരുടെ വികാരങ്ങളെ എങ്ങനെ ബാധിച്ചേക്കാമെന്ന് തിരിച്ചറി യുവാനും EQ ഉപകാരപ്രദമാകുന്നു. ഒരു വ്യക്തിയുടെ നേട്ട ങ്ങളിൽ 20 ശതമാനം മാത്രമേ ബുദ്ധിപരമായ കഴിവുകൾ കൊണ്ട് നേടുന്നുള്ളൂവെന്നും ബാക്കി 80 ശതമാനവും വൈകാരികമായ കഴിവുകളുടെ സംഭാവനയാണെന്നും പല പഠനങ്ങളും ചൂണ്ടിക്കാണിക്കുന്നു. ഇതിനു പുറമേ ഇന്നത്തെ തൊഴിൽ വിപണിയിൽ ഉദ്യോഗാർഥികളുടെ മൂല്യവർദ്ധനയ്ക്ക് വളരെയേറെ സഹായിക്കുന്ന പല സോഫ്റ്റ് സ്കിൽസുകളുടെ അടിസ്ഥാനവും വൈകാരികമായ ഈ കഴിവുകൾതന്നെ. മാറുന്ന സാഹചര്യങ്ങളോട് അതിവേഗം പൊരുത്തപ്പെടാനുള്ള കഴിവ് സുദൃഢമായ വ്യക്തിബന്ധങ്ങൾ സൃഷ്ടിക്കുവാനും നിലനിർത്തിക്കൊണ്ടു പോകാനുമുള്ള കഴിവ് തുടങ്ങിയവ അവയിൽ ചിലത് മാത്രമാണ്. ഏത് മേഖലയിലായാലും, പ്രൊഫഷണൽ രംഗത്ത് മികച്ച പ്രകടനം കാഴ്ചവെയ്ക്കുവാൻ EQ കൂടിയേ തീരൂ.

2. T ഷേപ്പ്ഡ് സ്കിൽസ്

ലംബവും സമാന്തരവുമായ രണ്ട് രേഖകൾ ചേർത്താണല്ലോ ഇംഗ്ലീഷ് അക്ഷരമാലയിലെ T എന്ന അക്ഷരം എഴുതുന്നത്. ഇതിൽ ലംബരേഖയിൽ (I) ഏതെങ്കിലും ഒരു വിജ്ഞാന ശാഖയിലെ ആഴത്തിലുള്ള അറിവിനെ സൂചിപ്പിക്കുന്നു. സമാന്തര രേഖ (-) അനുബന്ധ മേഖലകളിലെ സാമാന്യ വിജ്ഞാനത്തെയും സൂചിപ്പിക്കുന്നു. അതായത് സ്വന്തം വിഷയത്തിലുള്ള ആഴമേറിയ അറിവിനോടൊപ്പം തന്നെ സ്വന്തം

മേഖലയ്ക്ക് പുറത്തുള്ള വിഷയങ്ങളെക്കുറിച്ച് സാമാന്യ ജ്ഞാനമെങ്കിലും ഉണ്ടായിരിക്കണമെന്നർത്ഥം.

ഇത്തരത്തിൽ സ്വന്തം വിഷയത്തിൽ അഗാധമായ അറിവും അനുബന്ധ വിഷയങ്ങളിൽ ഏകദേശ ജ്ഞാനവും കൈമുതലായിട്ടുള്ള വരെയാണ് T ഷേപ്പ്ഡ് സ്കിൽസിനുടമകളായി കണക്കാക്കുന്നത്. സ്വന്തം വിഷയത്തിൽ മാത്രം പാണ്ഡിത്യം നേടുകയും മറ്റ് മേഖലക ളിൽ തീരെ താല്പര്യം കാണിക്കാതിരിക്കുന്നവരെയും ഐ (I) ടൈപ്പ് സ്കിൽസ് ഉടമകളായി കണക്കാക്കുന്നു.

3. അഡ്വേഴ്സിറ്റി ക്വോഷ്യന്റ് (AQ)

ഇന്നത്തെ പ്രതികൂലസാഹചര്യങ്ങളിൽ സ്വന്തം ജീവനക്കാരിൽ കൂടുതൽ ഉണ്ടായിക്കാണുവാൻ മിക്ക തൊഴിലുടമകളും ആഗ്രഹിക്കുന്ന ഒരു കഴിവാണ് അഡ്വേഴ്സിറ്റി ക്വോഷ്യന്റ് എന്നത്. കടുത്ത പ്രതിസ ന്ധികളിലും അപ്രതീക്ഷിത പരാജയ ങ്ങളിലും ഒട്ടും തളരാതെ മുന്നോട്ടു പോകാനുള്ള കഴിവാണ് അഡ്വേഴ്സിറ്റി ക്വോഷ്യന്റ്. ആപത്തുകളെ ഭയപ്പെടാതെ ഏത് നിർണ്ണായക സാഹചര്യങ്ങളിലും യുക്തിപൂർവ്വം ചിന്തിക്കുവാനും വീഴ്ചകളിൽ നിന്ന് ഉടനെ തന്നെ ഉയിർ ത്തെഴുന്നേൽ ക്കുവാനും, ഉയർന്ന AQ മൂല്യമുള്ളവർക്ക് കഴിയുന്നു. വെല്ലുവിളികളെ നേരിടുന്നതിനും അനിശ്ചിതത്വത്തിന് നടുവിലും സുഗമമായി ജോലി ചെയ്യുന്നതിനും ഇത്തരക്കാർ മടി കാണിക്കാറില്ല. പരാജയങ്ങളിൽ സംഭ്രമി ക്കാതെ അതിവേഗത്തിൽ അടുത്ത ദൗത്യത്തിലേക്ക് തിരിച്ചു വരുവാൻ ഇവർക്ക് കഴിയുന്നു. കോവിഡാനന്തര കാലത്ത് വളരെയേറെ ശ്രദ്ധയർഹിക്കുവാനിടയുള്ള ഒരു നൈപുണ്യമാണ് അഡ്വേഴ്സിറ്റി ക്വോഷ്യന്റ്.

4. ഫ്ളക്സ്പേർട്ടീസ്

ഇന്നത്തെ അതിചടുലമായ മാറ്റങ്ങൾ ക്കിടയിൽ തൊഴിലുടമകൾ തൊഴിലന്വേഷകരിൽ കണ്ടെത്താനാഗ്രഹിക്കുന്ന നൈപുണ്യമാണ് ഫ്ളക്സ്പേർട്ടീസ്.

ഫ്ളെക്സിബിലിറ്റിയും (അയവുള്ള സമീപനം), എക്സ്പേർട്ടീസും (വൈദഗ്ധ്യം) ചേർന്നുണ്ടായ പദമാണ് ഫ്ളക്സ്പേർട്ടീസ്. വിവിധ വിജ്ഞാന ശാഖകളിൽ അനുനിമിഷം ഉണ്ടായിക്കൊണ്ടിരിക്കുന്ന പുത്തൻ സംഭവവികാസങ്ങളെ തുറന്ന മനസ്സോടെ സമീപിക്കുവാനും, അവയിൽ വൈദഗ്ധ്യം നേടുവാനുമുള്ള കഴിവാണ് ഫ്ളക്സ്പേർട്ടീസ് എന്ന പദം സൂചിപ്പിക്കുന്നത്. ഇവർ ഒരിക്കലും ഒരു ഫിക്സഡ് മൈന്റ്സെ റ്റിന് ഉടമകൾ ആയിരിക്കില്ല. നേടിയ വൈദഗ്ധ്യത്തെക്കുറിച്ചുള്ള

മുൻവിധികളൊന്നുമില്ലാതെ നൂതന പ്രവണതകളെ ഉൾക്കൊള്ളാനും, പ്രായോഗികമാക്കുവാനും പ്രത്യേക കഴിവുള്ളവരാണിവർ. ഇത്തരക്കാരെയാണ് ഫ്ളക്സ്പ്പേർട്ടീസ് ആയി ഗണിക്കപ്പെടുന്നത്.

5. ക്യൂരിയോസിറ്റി ക്വോഷ്യന്റ് CQ

ഏത് കാര്യത്തെക്കുറിച്ചും കൂടുതൽ കൂടുതൽ അറിയുവാനുള്ള ജിജ്ഞാസ അഥവാ ക്യൂരിയോസിറ്റി നിലനിർത്തിക്കൊണ്ടുപോകാനുള്ള കഴിവിന്റെ അളവുകോലാണ് ക്യൂരിയോസിറ്റി ക്വോഷ്യന്റ് CQ. ഉയർന്ന CQ നിലവാരമുള്ളവർ പുതിയ അറിവുകളോട് ആസക്തി പുലർത്തുന്നവരായിരിക്കും. ഇവർ പലപ്പോഴും പ്രവർത്തന കാലഘട്ടം മുഴുവനും പുതിയ കാര്യങ്ങൾ പഠിച്ചുകൊണ്ടേയിരിക്കുവാൻ ആഗ്രഹിക്കുന്നവരായിരിക്കും. ഇവർ തുടർപഠനത്തിനും വ്യക്തിഗത വികസനത്തിനുമെല്ലാം പ്രത്യേക താത്പര്യം പ്രദർശിപ്പിക്കും. മാറ്റങ്ങളുടെ വേലിയേറ്റത്തിൽ വിജ്ഞാനം അതിവേഗം കാലഹരണപ്പെട്ടു പോകുന്ന ആധുനിക ലോകത്ത് ഉയർന്ന CQ നിലവാരം ഏത് തൊഴിൽദായകർക്കും ഒരു മുതൽക്കൂട്ടു തന്നെയായിരിക്കും.

6. ക്രിട്ടിക്കൽ തിങ്കിംഗ്

ഏത് കാര്യങ്ങളെയും വകതിരിവോടെയും വിമർശനബുദ്ധിയോടെയും ഗുണദോഷ നിരൂപണം ചെയ്യുവാനുള്ള നൈപുണ്യമാണ് ക്രിറ്റിക്കൽ തിങ്കിംഗ് അഥവാ വിമർശനാത്മക ചിന്ത. നിർണ്ണായക ഘട്ടങ്ങളിൽ ശരിയായ തീരുമാനങ്ങളിൽ എത്തിച്ചേരുവാൻ ഈ കഴിവ് അത്യാവശ്യമാണ്. ഇന്നത്തെ വിവരങ്ങളുടെ അതിപ്രസരത്തിനിടയിൽ പ്രസക്തവും, അനുയോജ്യവുമായതു മാത്രം തിരഞ്ഞെടുക്കുവാൻ വിമർശനാത്മക ചിന്ത കൂടിയേ കഴിയൂ. ഒരു വ്യക്തിയുടെ തീരുമാനമെടുക്കുവാനുള്ള ശേഷി വർദ്ധിപ്പിക്കുന്നതിൽ ക്രിട്ടിക്കൽ തിങ്കിംഗിന് നിർണ്ണായക സ്വാധീനമുണ്ട്. ഇത് പ്രശ്നപരിഹാര ശേഷിയെയും വൻതോതിൽ വർദ്ധിപ്പിക്കുന്നു. ഇന്നത്തെ തൊഴിൽ വിപണിയിൽ വളരെയധികം വിലകൽപ്പിക്കപ്പെടുന്ന കഴിവാണ് പ്രശ്ന പരിഹാരശേഷി അഥവാ പ്രോബ്ലം സോൾവിംഗ് സ്കിൽസ്.

മാറ്റങ്ങളെ നമുക്ക് നിയന്ത്രിക്കാൻ പറ്റില്ല. അവ നമ്മുടെ പരിധിക്കുള്ളിലല്ല. പക്ഷേ മാറ്റങ്ങളോട് എങ്ങനെ പ്രതികരിക്കണ മെന്നുള്ളത് നാം തന്നെയാണ് തീരുമാനിക്കേണ്ടത്. ഇന്നലെകളിൽ ഉദ്യോഗാർത്ഥികളെ മുന്നോട്ടു നയിച്ചിരുന്ന യോഗ്യതകളും കഴിവുകളും വരുംകാലങ്ങളിൽ അതിനു പര്യാപ്തമായിക്കൊള്ളണമെന്നില്ല. ചലനാത്മകമായ തൊഴിൽ വിപണിക്ക് ചലനാത്മകമായ കഴിവുകളാണാവശ്യം. കാലികമായ

കഴിവുകൾ നേടുന്നതിനാണ് ഉദ്യോഗാർത്ഥികൾ ശ്രമിക്കേണ്ടത്. കാലഹരണപ്പെട്ടു പോയ കഴിവുകളെക്കുറിച്ച് പരിതപിക്കാതെ കാലത്തിന്റെ ആവശ്യങ്ങൾ ഉൾക്കൊണ്ട് സ്വയം കാലികമാകുക എന്നതാണ് ഉദ്യോഗാർഥികളുടെ കർത്തവ്യം.

സങ്കീർണമാകുന്ന തിരഞ്ഞെടുപ്പ് രീതികൾ

"പ്രശ്നങ്ങളുടെ മദ്ധ്യത്തിലാണ്
അവസരങ്ങൾ സ്ഥിതി ചെയ്യുന്നത്"

- ആൽബർട്ട് ഐൻസ്റ്റീൻ

തൊഴിലവസരങ്ങളുടെ എണ്ണം കുറയുകയും അപേക്ഷകരുടെ എണ്ണം വർദ്ധിക്കുകയും ചെയ്യുന്ന സാഹചര്യത്തിൽ ഒരു നല്ല ജോലി കൈക്കലാക്കുക എന്നത് ഇന്ന് എളുപ്പം അല്ലാതായി തീർന്നിരിക്കുന്നു. അതേസമയംതന്നെ അനുയോജ്യരായ അപേക്ഷകർ ഇല്ലാത്തതിനാൽ അനേകം ഒഴിവുകൾ നികത്തപ്പെടാതെ കിടക്കുകയും ചെയ്യുന്നു. കടുത്ത തൊഴിലില്ലായ്മക്ക് നടുവിലും അനുയോജ്യരായ വ്യക്തികളെ കണ്ടെത്താൻ കഴിയാത്ത വൈരുദ്ധ്യം ഉദ്യോഗാർത്ഥികൾ ശ്രദ്ധിക്കേണ്ടതാണ്. തൊഴിൽ രംഗത്തെ നൂതന പ്രവണതകളെക്കുറിച്ച് തൊഴിലന്വേഷകർക്ക് ഇടയിലുള്ള അവബോധത്തിന്റെ അഭാവമാണിത് സൂചിപ്പിക്കുന്നത്. തൊഴിൽ മേഖലകൾക്ക് എന്താണോ വേണ്ടത് അതിനനുസരിച്ച് നൈപുണ്യങ്ങളാണ് തൊഴിലന്വേഷകർക്ക് ഉണ്ടാവേണ്ടത്.

എന്തുകൊണ്ട് തിരഞ്ഞെടുപ്പ് സങ്കീർണമാകുന്നു?

കോവിഡ് സൃഷ്ടിച്ച സാമ്പത്തികമാന്ദ്യത്തിന്റെ നിഴലിൽ ഇന്ന് ഏത് സ്ഥാപനത്തിന്റെയും ഏക അജണ്ട അതിജീവനം എന്നത് മാത്രമായിരിക്കുന്നു. ഏറ്റവും കുറഞ്ഞ ജീവനക്കാരെ കൊണ്ട് ഏറ്റവും കൂടുതൽ മൂല്യം സൃഷ്ടിക്കുക എന്നതാണ് ഇന്നത്തെ ലക്ഷ്യം.

ആവശ്യത്തിൽ കൂടുതലായി ഒരാളെപ്പോലും നിയമിക്കുന്നത് തൊഴിൽ ഉടമയെ പ്രതികൂലമായി ബാധിക്കും. ഇത്തരം പരിതസ്ഥിതികളിൽ സ്ഥിരം ജീവനക്കാരെ കഴിയുന്നത്ര ഒഴിവാക്കി കൂടുതൽ പാർട്ട് ടൈം ജീവനക്കാരെയും പുറം കരാറുകാരെയും എല്ലാം ഉപയോഗിക്കാനായിരിക്കും തൊഴിൽദായകർക്ക് കൂടുതൽ താൽപര്യം. ഓൺലൈനിൽ കൂടി നിർവഹിക്കുവാൻ കഴിയുന്ന ജോലികൾ ഇന്ന് എവിടെ ഇരുന്നും ചെയ്യാവുന്നതാണ്. ഈ അവസരം ഉപയോഗിച്ച് കൂടുതൽ വീട്ടമ്മമാരും, പെൻഷൻ പറ്റിയ ജീവനക്കാരും എല്ലാം കൂട്ടത്തോടെ തൊഴിൽ വിപണിയിലേക്ക് കടന്നുവരുന്നു. ഇത് പുതുതായി തൊഴിൽ അന്വേഷിക്കുന്ന ചെറുപ്പക്കാരുടെ സാധ്യതകൾക്ക് മങ്ങലേൽപ്പിക്കുന്നു. ബിസിനസ്സിന്റെ എല്ലാ മേഖലകളിലും തികഞ്ഞ അനിശ്ചിതത്വം നിലനിൽക്കുന്ന സാഹചര്യത്തിൽ സ്ഥിരം ജീവനക്കാരുടെ എണ്ണം വർദ്ധിപ്പിക്കുന്നതിന് മുമ്പ് ഏത് തൊഴിലുടമയും രണ്ടു തവണ ചിന്തിക്കും. പ്രത്യേകിച്ചും സമ്പദ്‌വ്യവസ്ഥ ലോ മാർജിൻ യുഗത്തിലേക്ക് കടന്നിരിക്കുന്ന ഈ ഘട്ടത്തിൽ.

ജീവനക്കാരെ തിരഞ്ഞെടുക്കുവാൻ പരമ്പരാഗതമായി ഉപയോഗിച്ചിരുന്ന പല രീതികളും അപ്രത്യക്ഷമായിക്കൊണ്ടിരിക്കുകയാണ്. ഇപ്പോഴും നിലനിൽക്കുന്ന ചിലതിൽ മൗലികമായ മാറ്റങ്ങൾ സംഭവിക്കുകയും ചെയ്യുന്നു. ഈ മാറ്റങ്ങളെ ശരിയായ രീതിയിൽ ഉൾക്കൊള്ളുകയും അവയ്ക്ക് അനുയോജ്യമായ രീതിയിൽ മത്സരക്ഷമത വളർത്തിയെടുക്കുകയുമാണ് ഉദ്യോഗാർത്ഥികൾ ചെയ്യേണ്ടത്.

ഇത് എങ്ങനെ കൈകാര്യം ചെയ്യാം?

തിരഞ്ഞെടുപ്പ് രീതികളിൽ വന്നുചേർന്ന മാറ്റങ്ങളെ ഫലപ്രദമായ രീതിയിൽ കൈകാര്യം ചെയ്യുവാനുള്ള കഴിവുകൾ കലാലയ ങ്ങളിൽ നിന്നും വിദ്യാർത്ഥികൾക്ക് ലഭിക്കുന്നില്ല. അക്കാദമിക്ക് പരീക്ഷകളിലെ വിജയം എന്നത് മാത്രമാണ് വിദ്യാഭ്യാസ സ്ഥാപനങ്ങൾ ലക്ഷ്യമാക്കുന്നത്. ഈ വിജയം തൊഴിൽ ചെയ്യാനുള്ള കഴിവുകൾ വാഗ്ദാനം ചെയ്യുന്നില്ല. അതിനാൽ തന്നെ സർട്ടിഫിക്കറ്റുകളുടെ മൂല്യം നാൾക്കുനാൾ കുറഞ്ഞു കൊണ്ടിരിക്കുന്നു. ഇന്ന് പല വൻകിട കമ്പനികളിലും ജോലി ലഭിക്കുവാൻ ബിരുദം ആവശ്യം ഇല്ലാതായിരിക്കുന്നു. ഗൂഗിൾ, ഐ.ബി.എം തുടങ്ങിയവ ഉദാഹരണങ്ങളാണ്.

തൊഴിലിടങ്ങളിൽ ആവശ്യമുള്ള കഴിവുകളും നൈപുണ്യങ്ങളുമല്ല വിദ്യാഭ്യാസസ്ഥാപനങ്ങൾ വിദ്യാർത്ഥികൾക്ക് നൽകുന്നത്. അതിനാൽ തൊഴിലുടമകൾക്ക് ആവശ്യമായ കഴിവുകളും ഉദ്യോഗാർത്ഥികൾ നേടിയിട്ടുള്ള കഴിവുകളും തമ്മിൽ വലിയ ഒരു വിടവ് നിലനിൽക്കുന്നുണ്ട്. ഈ

വിടവ് ഗണ്യമായി കുറയ്ക്കുന്നതിനാണ് തൊഴിൽ അന്വേഷകർ ശ്രദ്ധിക്കേണ്ടത്. സർക്കാർ തലത്തിൽ നടത്തപ്പെടുന്ന പല നൈപുണ്യ വികസന പരിപാടികളും, പല വിദ്യാഭ്യാസ സ്ഥാപനങ്ങളും നടപ്പിലാക്കിക്കൊണ്ടിരിക്കുന്ന പ്ലേസ്മെന്റ് സപ്പോർട്ട് പ്രോഗ്രാമുകളും ഈ ദിശയിൽ പ്രവർത്തിക്കുന്ന സംരംഭങ്ങളാണ്. പക്ഷേ ഇവയൊന്നുംതന്നെ മുഴുവൻ വിദ്യാർഥി സമൂഹത്തിന്റെയും ആവശ്യങ്ങൾ നിർവഹിക്കുവാൻ പര്യാപ്തമല്ല എന്നുള്ളതാണ് വസ്തുത.

ഈ പരിതസ്ഥിതികളിൽ, കഴിവുകളിൽ വന്നുചേർന്നിട്ടുള്ള വിടവുകൾ നികത്തുക എന്നത് ഉദ്യോഗാർത്ഥികളുടെ ചുമതലയായിത്തീർന്നിരിക്കുന്നു.

പരിശീലനത്തെക്കാൾ പ്രാധാന്യം പരിശ്രമങ്ങൾക്ക്

എത്ര വിലയേറിയ പരിശീലന കോഴ്സുകളിൽ ചേർന്നാലും ഇവയുടെ കൂടെ ഉദ്യോഗാർത്ഥികളുടെ സ്വന്തം പരിശ്രമങ്ങൾ കൂടിയുണ്ടെങ്കിൽ മാത്രമേ കഴിവുകളിലെ വിടവു നികത്തുക എന്ന ലക്ഷ്യം നേടാൻ കഴിയൂ. ഇതിനായി ഉദ്യോഗാർത്ഥികൾ ചെയ്തുവന്നതോ പഠിച്ചുവെച്ചതോ ആയ പലതും മാറ്റേണ്ടി വന്നേക്കാം. ഗെയിം കളിക്കുന്നതിലൂടെയും ഹാക്കത്തോൺ പോലുള്ള മത്സരങ്ങളിൽ കൂടിയുമെല്ലാം ജീവനക്കാരെ കണ്ടെത്തുന്ന രീതികളും ഇന്ന് നിലവിലുണ്ട്. ഇത്തരം നവീന രീതികളുമായി പൊരുത്തപ്പെടാൻ ഉദ്യോഗാർത്ഥികൾ തയ്യാറായിരിക്കണം.

മുൻപ് മത്സര പരീക്ഷകളിലും ഇന്റർവ്യൂകളിലും എല്ലാം ഉദ്യോ ഗാർത്ഥികൾക്ക് എന്തറിയാം എന്നാണ് പരിശോധിക്കപ്പെട്ടിരുന്നത്. ഇന്ന് എന്താണ് അറിയാത്തത് എന്നും അറിയാത്തവ എത്ര വേഗത്തിൽ പഠിച്ചെടുക്കുവാനുള്ള കഴിവുണ്ടെന്നുമാണ് പരീക്ഷി ക്കപ്പെടുന്നത്. നേടിയ വിജ്ഞാനത്തിന്റെ അളവല്ല വിലയിരുത്ത പ്പെടുന്നത്. കരസ്ഥമാക്കിയ വിജ്ഞാനം എത്രമാത്രം പ്രയോഗക്ഷമ മാണെന്നും, അത് സ്ഥാപനത്തിന്റെ മൂല്യ വളർച്ചയ്ക്ക് എത്രമാത്രം പ്രയോജനപ്പെടുമെന്നും മാത്രമാണ് തൊഴിദായകർ പരിഗണിക്കുന്നത്.

ഉദ്യോഗാർത്ഥികൾ ചെയ്യേണ്ടത്

മാറ്റങ്ങൾ സൃഷ്ടിക്കുന്ന പ്രതിസന്ധികൾക്കിടയിലും സ്വന്തം പ്രസക്തി നഷ്ടപ്പെടാതിരിക്കുവാൻ ഉദ്യോഗാർത്ഥികൾ പ്രധാന മായും ചെയ്യേണ്ടത് എന്തെല്ലാമാണ് എന്ന് പരിശോധിക്കാം.

1. സ്വയം വിലയിരുത്തുക

സ്വന്തം കഴിവുകളെയും പോരായ്മകളെയും സ്വയം വിശകലനം ചെയ്ത് ഏതുതരം തൊഴിലാണ് അനുയോജ്യ മെന്ന് കണ്ടെത്തുക. ഒരു

SWOT അനാലിസിസ്സിലൂടെ ഇത് കണ്ടെത്താൻ പറ്റും. SWOT എന്നത് സ്ട്രങ്ങത്ത്, വീക്ക്നെസ്സ്, ഓപ്പർച്ച്യുണറ്റി, ത്രെട്ട്സ് എന്നീ പദങ്ങളുടെ ആദ്യാക്ഷരങ്ങളാണ്. സ്വന്തം കഴിവുകൾ, ദൗർബല്യങ്ങൾ, ലഭ്യമായേക്കാവുന്ന അവസരങ്ങൾ, നേരിട്ടേക്കാവുന്ന വെല്ലുവിളികൾ തുടങ്ങിയവയെക്കുറിച്ചെല്ലാമുള്ള വസ്തുനിഷ്ഠമായ ഒരു വിശകലനം, അതാണ് SWOT അനാലിസിസ് കൊണ്ടുദ്ദേശിക്കുന്നത്. ഉള്ള കഴിവുകൾ വികസിപ്പിക്കുവാനും, പോരായ്മകൾ പരിഹരിക്കുവാനും ഇത് ഉപകരിക്കും. ഉള്ള കഴിവുകൾ വികസിപ്പിക്കുന്നതിനാണ്, കൂടുതൽ ശ്രദ്ധ നൽകേണ്ടത്. ലോക ജനസംഖ്യയുടെ മൂന്ന് ശതമാനം വ്യക്തികൾ മാത്രമാണ് സ്വന്തം കഴിവുകൾ പൂർണ്ണമായും പ്രയോജനപ്പെടുത്തുന്നത്. ഭൂരിപക്ഷം പേരും കഴിവുകളുടെ പത്ത് ശതമാനം മാത്രം ഉപയോഗിക്കുന്നവരാണെന്നാണ് പല പഠനങ്ങളും കണ്ടെത്തിയിരിക്കുന്നത്. അതിനാൽ ഇല്ലാത്ത കഴിവുകളെക്കുറിച്ച് അമിത വ്യാകുലരാകാതെ, ഉള്ളവ കഴിയുന്നത്ര വികസിപ്പിക്കുവാനാണ് ശ്രമിക്കേണ്ടത്.

2. അന്വേഷണ രീതികളിൽ മാറ്റം വരുത്തുക

മാറ്റങ്ങൾക്കനുസരിച്ച് തൊഴിൽ അന്വേഷണ രീതികളിലും കാലോചിതമായ മാറ്റങ്ങൾ വരുത്തേണ്ടതുണ്ട്. സർക്കാർ/പൊതുമേഖലാ സ്ഥാപനങ്ങളിൽ ഉണ്ടാകുന്ന ഒഴിവുകളാണ് കൂടുതലും പരസ്യങ്ങളിൽ പ്രത്യക്ഷപ്പെടുന്നത്. ഇന്ന് സ്വകാര്യ മേഖലയിലും വളരെയധികം തൊഴിലവസരങ്ങൾ സൃഷ്ടിക്കപ്പെടുന്നുണ്ട്. ഇതിൽ പലതും പരസ്യങ്ങളിൽ പ്രത്യക്ഷപ്പെടാറില്ല. തിരശീലയക്ക് പിറകിലുള്ള ഈ അവസരങ്ങൾ കൂടി കണ്ടെത്താൻ ഉതകുന്നതായിരിക്കണം തൊഴിൽ അന്വേഷണ രീതികൾ. ഇതിനായി കമ്പനികളുടെ വെബ്സൈറ്റും, സോഷ്യൽ മീഡിയയും, എംപ്ലോയി റഫറൽ രീതികളും എല്ലാം തന്നെ പ്രയോജനപ്പെടുത്താവുന്നതാണ്.

3. സുഹൃദ് വലയങ്ങൾ വിപുലീകരിക്കുക

തൊഴിൽ വിപണിയെക്കുറിച്ചും, തൊഴിലവസരങ്ങളെക്കുറിച്ചുമെല്ലാം കൂടുതൽ അറിയാൻ സഹായിക്കുന്ന സൗഹൃദ ബന്ധങ്ങൾ സൃഷ്ടിക്കുകയും, നിലനിർത്തുകയും ചെയ്യുക. മഹാമാരി സൃഷ്ടിക്കുന്ന മാറ്റങ്ങളുടെ പശ്ചാത്തലത്തിൽ, സ്വന്തം കഴിവുകളെ എവിടെയെല്ലാം ഏതെല്ലാം തരത്തിൽ പ്രയോജന പ്പെടുത്താം എന്ന് കണ്ടെത്താൻ ഇത് സഹായിക്കും. അനുയോജ്യരായ അധ്യാപകരെയും ബന്ധുമിത്രാദികളെയുമെല്ലാം ഈ ശൃംഖലയിലെ കണ്ണികളാക്കാവുന്നതാണ്.

4. സോഫ്റ്റ് സ്കിൽസ്സിന്റെ പ്രാധാന്യം അവഗണിക്കാതിരിക്കുക.

ഇന്ന് റിക്രൂട്ടിംഗ് രംഗത്ത് ഏറ്റവുമധികം ചർച്ച ചെയ്യപ്പെടുന്ന വിഷയങ്ങളിലൊന്നാണ് സോഫ്റ്റ് സ്കിൽസ്. സ്വന്തംവിജ്ഞാന മേഖലയിൽ നേടിയ വിജ്ഞാനത്തിനുപരി ഇന്നത്തെ സാഹചര്യത്തിൽ ജോലിചെയ്യാൻ അത്യന്താപേക്ഷിതമായ ഒരു പറ്റം നിപുണതകളാണ് സാഫ്റ്റ് സ്കിൽസ് എന്ന പദംകൊണ്ടുദ്ദേശിക്കുന്നത്. ആശയവിനിമയശേഷി, സാഹചര്യങ്ങളോട് അതിവേഗം ഇണങ്ങിച്ചേരാനുള്ള ശേഷി, ക്രിയാത്മക മനോഭാവം, പ്രശ്നപരിഹാര ശേഷി തുടങ്ങിയവ സോഫ്റ്റ്സ്കിൽസിന്റെ ഉദാഹരണങ്ങളാണ്.

5. ജോലി പരിചയത്തിന്റെ അഭാവം നികത്തുക

ആദ്യത്തെ ജോലി തേടുന്നവർ നേരിടുന്ന ഒരു വലിയ പ്രശ്ന മാണ് തൊഴിൽ പരിചയത്തിന്റെ അഭാവം. പാർട്ടൈം ജോലി കളിലൂടെയും, സന്നദ്ധ പ്രവർത്തനങ്ങളിലൂടെയുമെല്ലാം ഒരളവുവരെ ഈ പോരായ്മ പരിഹരിക്കുവാൻ പറ്റും. ചൈനയിലെ കോടീശ്വരനായ ജാക്ക്മാ (അലിബാബ.കോം സ്ഥാപകനും ഉടമയും). ഇംഗ്ലീഷ് ഭാഷാ പ്രാവീണ്യം നേടാനായി മാത്രം ടൂറിസ്റ്റ് ഗൈഡായി പ്രവർത്തിച്ചിട്ടുണ്ട്. യാതൊരു പ്രതിഫലവും കൂടാതെ ചെയ്ത ഈ ജോലി തന്റെ ജീവിതത്തിൽ വലിയൊരു വഴിത്തിരിവായി തീർന്നു എന്ന് അദ്ദേഹം പിൽക്കാലത്ത് പറയുകയുണ്ടായി.

6. തുടർപഠനത്തിന്റെ ആവശ്യകത

ഔപചാരിക വിദ്യാഭ്യാസം പൂർത്തിയാകുന്നതോടെ പഠന ത്തിന് വിരാമം ഇടുന്ന പഴയ രീതികൾ ഇന്നത്തെ തൊഴിൽ വിപണിക്ക് ഒട്ടും യോജിച്ചതല്ല. ഒരേ ജോലിയിലോ ഒരേ മേഖലയിലോ തുടരുകയാണെങ്കിൽ പോലും തുടർപഠനം ഒഴിച്ചു കൂടാനാവാത്തതാണ്. കാലികപ്രസക്തിയുള്ള വിജ്ഞാന ശാഖകളിൽ വേണ്ടത്ര നൈപുണ്യം നേടാത്തവർ വിപണിയിൽനിന്ന് നിഷ്കരുണം പുറംതള്ളപ്പെടും. മാറ്റങ്ങളുടെ കുത്തൊഴുക്കിൽ കാലഹരണപ്പെട്ട് പോകാതിരിക്കുവാൻ ജീവിതകാലം മുഴുവൻ നീണ്ടുനിൽക്കുന്ന തുടർ പഠനം കൂടിയേ കഴിയൂ.

മാറുന്ന തെരെഞ്ഞെടുപ്പ് രീതിളെക്കുറിച്ച് അമിതമായി ആശങ്കപ്പെടേണ്ടതില്ല. മാറ്റങ്ങൾക്കനുസരിച്ച് സ്വയം മാറുകയും, തയ്യാറെടുപ്പ് കൂടുതൽ കാര്യക്ഷമമാക്കുകയുമാണ് വേണ്ടത്. തിരഞ്ഞെടുപ്പ് രീതികളിൽ രൂപമാറ്റം സംഭവിക്കുന്നുണ്ടെങ്കിലും പലതിന്റെയും അടിസ്ഥാന ഘടകങ്ങളിൽ സാരമായ മാറ്റങ്ങൾ വന്നിട്ടില്ല. അത്തരം രീതികളിൽപെട്ടതാണ്. എഴുത്ത് പരീക്ഷകൾ, ഇന്റർവ്യൂ, ഗ്രൂപ്പ് ഡിസ്കഷൻ തുടങ്ങിയവ. ഇവയെ നേരിടാൻ എങ്ങനെ തയ്യാറെടുക്കാം എന്ന് അടുത്ത അദ്ധ്യായ ങ്ങളിൽ വായിക്കാം.

തൊഴിൽ ക്ഷമതയുടെ വർധിക്കുന്ന പ്രാധാന്യം

"സ്ഥിരോത്സാഹത്തിന്റെ സ്ഥാനം ലോകത്തിൽ മറ്റൊന്നിനുമില്ല. കഴിവിന്നില്ല, കാരണം കഴിവുള്ള പരാജിതരെകാൾ സാധാരണമായി ലോകത്തിൽ മറ്റൊന്നുമില്ല. പ്രതിഭക്കില്ല കാരണം പ്രതിഫലം ലഭിക്കാതെ പോയ പ്രതിഭാശാലികൾ ഒരു പഴഞ്ചൊല്ല് പോലെ ആയിട്ടുണ്ട്. സ്ഥിരോത്സാഹവും നിശ്ചയദാർ ഢ്യവുമാണ് സർവ്വ ശക്തം"

- തോംസൺ വാട്ട്

തൊഴിലുകൾ മാറുന്നു, തൊഴിലിടങ്ങൾ മാറുന്നു, ജീവനക്കാരെ നിയമിക്കുന്ന രീതികൾ മാറുന്നു, ലോകം ആകെ മാറിമറിയുന്നു. ഈ മാറ്റങ്ങളുടെ വേലിയേറ്റത്തെ അതിജീവിക്കണമെങ്കിൽ ഉദ്യോഗാർത്ഥികളും മാറിയേ പറ്റൂ. ഇതിനുള്ള ഏറ്റവും ഫലപ്രദമായ മാർഗ്ഗമാണ് സ്വന്തം തൊഴിൽക്ഷമത അഥവാ എംപ്ലോയബിലിറ്റി വർദ്ധിപ്പിക്കുക എന്നത്.

ആർട്ടിഫിഷ്യൽ ഇന്റലിജൻസ്, ഓട്ടോമേഷൻ, വിർച്വൽ റിയാലിറ്റി തുടങ്ങിയ നവീന സാങ്കേതികവിദ്യകൾ, സർവമേഖലകളിലും അടിമുടി മാറ്റങ്ങൾ സൃഷ്ടിച്ചു കൊണ്ടിരുന്ന ഒരു ഘട്ടത്തിലായിരുന്നു കോവിഡിന്റെ കടന്നുവരവ്. ഇത് മാറ്റങ്ങളുടെ വേഗതയ്ക്ക് വലിയ വ്യത്യാസങ്ങളൊന്നും വരുത്തിയില്ലെങ്കിലും ചില ദിശാ വ്യതിയാനങ്ങൾക്ക് കാരണമായി.

കോവിഡ് സൃഷ്ടിച്ച സാമൂഹ്യ അകലത്തിന്റെ പശ്ചാത്തലത്തിൽ, ഡിജിറ്റലൈസേഷനുണ്ടായ വളർച്ച, വിദൂരജോലി സമ്പ്രദായത്തിന്റെ വ്യാപനം തുടങ്ങിയവ ഇതിനുദാഹരണങ്ങളാണ്. ഇത് പല മേഖലകളിലും തൊഴിൽ നഷ്ടങ്ങൾക്ക് കാരണമായെങ്കിലും, നവീനമായ പല തൊഴിലവസരങ്ങൾ സൃഷ്ടിക്കുകയും ചെയ്തിട്ടുണ്ട്. പുതിയ കാലത്തെ പുതിയ തൊഴിലുകൾ ചെയ്യാൻ എങ്ങനെ സജ്ജരാകാം എന്നുള്ളതാണ് ഇന്ന് ഉദ്യോഗാർഥികളുടെ മുന്നിലുള്ള മുഖ്യ വെല്ലുവിളി. ഇവിടെയാണ് തൊഴിക്ഷമതയുടെ പ്രസക്തി.

എന്താണ് തൊഴിൽ ക്ഷമത?

ഇന്ന് കരിയർ രംഗത്ത് ഏറ്റവുമധികം ഉപയോഗിക്കപ്പെടുന്ന പദങ്ങളിലൊന്നാണ് തൊഴിൽക്ഷമത. വിദ്യാഭ്യാസ യോഗ്യതകൾക്കുപരി, ജോലിനേടാനും, ലഭിച്ച ജോലി വിജയകരമായി നിലനിർത്തി കൊണ്ടുപോകാനും ആവശ്യമായ ഏതാനും കഴിവു കളുടെ സമുച്ചയത്തെയാണ് തൊഴിൽക്ഷമത എന്നതുകൊണ്ട് അർത്ഥമാക്കുന്നത്.

ഈ കഴിവുകളിൽ പ്രധാനപ്പെട്ടവ ഏതെല്ലാമാണെന്ന് പരിശോധിക്കാം.

1. Adaptabiltiy: അതിവേഗം മാറിമറിഞ്ഞുകൊണ്ടിരിക്കുന്ന സാഹചര്യങ്ങളുമായി ഇണങ്ങിച്ചേരുവാനുള്ള കഴിവ്. പഠിച്ചതേ പാടൂ എന്ന മനോഭാവം ഇന്നത്തെ ചുറ്റുപാടുകൾക്ക് ഒട്ടും ചേർന്നതല്ല. കരസ്ഥമാക്കിയ നൈപുണ്യങ്ങൾക്കനുസരിച്ച് ജോലി കണ്ടെത്തുന്നതിനേക്കാൾ ലളിതമാണ് കണ്ടെത്തിയ ജോലികൾക്കനുസൃതമായി നൈപുണ്യങ്ങളിൽ വ്യത്യാസങ്ങൾ വരുത്തുന്നത്. ഇതിന് ഈ കഴിവ് നേടിയേ പറ്റൂ.
2. Critical Thinking: ഏത് സംഭവവികാസങ്ങളോടും വിമർശനാത്മക സമീപനം സ്വീകരിക്കുവാനും, പ്രസക്തമായ ചോദ്യങ്ങൾ ഉയർത്തുവാനുമുള്ള കഴിവ്. പല സങ്കീർണ്ണ പ്രശ്നങ്ങൾക്കും സാധാരണ രീതികളിൽനിന്ന് വ്യത്യസ്തമായ പരിഹാരങ്ങൾ കണ്ടെത്തുവാൻ ഈ സമീപനം ഉപകരിക്കും.
3. Abiltiy to Collaborate: ഇന്നത്തെ ചുറ്റുപാടുകളിൽ, വൻകിട പ്രോജക്ടുകൾ എല്ലാംതന്നെ പൂർത്തിയാക്കപ്പെടുന്നത്, വിവിധ നൈപുണ്യങ്ങളുള്ള പലരുടെയും കൂട്ടായ പ്രവർത്തനത്തിലൂടെയാണ്. മറ്റുള്ളവരോട് സഹകരിച്ച്, കൂട്ടായ പ്രവർത്തനങ്ങളിലൂടെ ലക്ഷ്യം നേടാനാകാത്ത വ്യക്തികൾക്ക് അവർ എത്രതന്നെ വ്യക്തിവൈഭവമുള്ളവരായിരുന്നാലും, തൊഴിൽദായകർക്ക് സ്വീകാര്യമാവണമെന്നില്ല.

4. Innovative Thinking: നൂതനമായ ആശയങ്ങൾ കണ്ടെത്താനും, ആവിഷ്കരിക്കുവാനുള്ള കഴിവ്. തൊഴിലുകളുടെയും തൊഴിൽ ചെയ്യുന്ന രീതികളുടെയും നിയതരൂപങ്ങൾ അതിവേഗം മാറിമറിയുന്ന പശ്ചാത്തലത്തിൽ, നൂതനമായ മാർഗ്ഗങ്ങൾ കണ്ടെത്താനും സ്വീകരിക്കാനും കഴിയുന്നവർക്ക് മാത്രമേ മുന്നോട്ടുകുള്ള യാത്ര സുഗമമാകൂ.
5. Communication Skill (ആശയവിനിമയശേഷി): അഭിപ്രായസമന്വയങ്ങളിലൂടെയാണ് ഇന്ന് തൊഴിൽ രംഗത്തെ പല സങ്കീർണ്ണ പ്രശ്നങ്ങളും പരിഹരിക്കപ്പെടുന്നത്. മറ്റുള്ളവരുടെ അഭിപ്രായങ്ങൾ ക്ഷമയോടെ കേൾക്കുന്നതിനും അവർ പ്രകടിപ്പിക്കുന്ന ആശയങ്ങൾ ഉൾക്കൊള്ളുവാനും സ്വന്തം അഭിപ്രായങ്ങൾ ശക്തമായും വ്യക്തമായും പ്രകടിപ്പിക്കുവാനും കാര്യക്ഷമതയാർന്ന ആശയവിനിമയ പാടവം ഉണ്ടായേ പറ്റൂ.
6. Information Literacy: ലഭ്യമായ വിവരങ്ങൾ, കൃത്യമായി അപഗ്രഥനം നടത്തി, ശരിയായ നിഗമനങ്ങളിൽ എത്തിച്ചേരാനുള്ള കഴിവ്. ഇന്ന് വിവര യുഗത്തിലാണ് നാം ജീവിക്കുന്നതെങ്കിലും, വിവരങ്ങളുടെ ആധിക്യം പലപ്പോഴും വിവരക്കേടുകൾക്കു കാരണമാകാറുണ്ട്. ലഭിക്കുന്ന വിവരങ്ങളെ വിവേചനപൂർവ്വം വേർതിരിച്ചെടുക്കാനും, തീരുമാനങ്ങളിലെത്താനും ഈ കഴിവ് സഹായിക്കും.

കാലം മാറുന്നതിനനുസരിച്ച് തൊഴിൽ മേഖലയ്ക്ക് ആവശ്യമായ കഴിവുകളിലും വ്യത്യാസം വന്നുകൊണ്ടിരിക്കും. ഇതനുസരിച്ച് സ്വന്തം യോഗ്യതകളിൽ ആവശ്യമായ മാറ്റങ്ങൾ അതാത് സമയത്ത് വരുത്തുക എന്നതാണ് ഉദ്യോഗാർത്ഥികൾ ചെയ്യേണ്ടത്.

തൊഴിൽക്ഷമതയുടെ പ്രാധാന്യം

എന്താണ് തൊഴിൽക്ഷമതയുടെ പ്രാധാന്യം എന്നും, ഉദ്യോഗാർഥികളുടെ ഭാവിയെ അത് എത്രത്തോളം ബാധിക്കുന്നു എന്നെല്ലാം, പരിശോധിക്കുന്നതിന് മുമ്പ് ഇത് സംബന്ധിച്ച ചില പത്രവാർത്തകളിലൂടെ ഒന്ന് കണ്ണോടിക്കാം.

വാർത്താശകലങ്ങൾ ഇപ്രകാരമാണ്

മുംബൈ പോലീസ് കോൺസ്റ്റബിൾ തസ്തികയിലേക്ക് അപേക്ഷിച്ചവരിൽ, 167 എം.ബി.എ. ക്കാരും 543 ബിരുദാനന്തര ബിരുദധാരികളും, 28 ബിഎഡ് കാരും, 34 കമ്പ്യൂട്ടർ സയൻസ് പി.ജി. ബിരുദ ധാരികളും, 169 എം.എസ്.സി.ക്കാരും, മാസ് കമ്മ്യൂണിക്കേഷനിൽ ബിരുദം നേടിയ 25 പേരും ഉണ്ടായിരുന്നു (ബോംബെ മിറർ).

ഇന്ത്യൻ റെയിൽവേയിലെ 90,000 വിവിധ തസ്തികകളിലേക്ക് അപേക്ഷ ക്ഷണിച്ചപ്പോൾ ലഭിച്ചത് 2.8 കോടി അപേക്ഷകളായിരുന്നു. അതായത് ഓസ്ട്രേലിയയിലെ മൊത്തം ജനസംഖ്യയെക്കാൾ കൂടുതൽ അപേക്ഷകൾ (ടൈംസ് ഓഫ് ഇന്ത്യ).

ഉത്തർപ്രദേശ് സർക്കാർ 368 പ്യൂൺ തസ്തികകളിലേക്ക് അപേക്ഷ ക്ഷണിച്ചപ്പോൾ 23 ലക്ഷം അപേക്ഷകളാണ് ലഭിച്ചത്. ഇതിൽ ഒന്നര ലക്ഷം പേർ ബിരുദധാരികളും, 24,969 പേർ ബിരുദാനന്തര ബിരുദ ധാരികളും, 250 പേർ പി.എച്ച്.ഡി.ക്കാരുമായിരുന്നു. പ്യൂൺ തസ്തികയ്ക്ക് വേണ്ടിയിരുന്ന യോഗ്യത ഹൈസ്കൂൾ വിദ്യാഭ്യാസവും സൈക്കിൾ ഓടിക്കുവാനുള്ള പരിചയവുമായിരുന്നു (ദി ഹിന്ദു).

ഈ വാർത്തകളെല്ലാം തന്നെ (റെയിൽവേയുടേതൊഴിച്ച്) അന്യ സംസ്ഥാനങ്ങളിൽ നിന്നുള്ളവയാണ്. സാക്ഷരതയിൽ മുന്നിൽ നിൽക്കുന്ന കേരളത്തിലെ സ്ഥിതി ഇതിലും രൂക്ഷമാണ്.

എന്താണ് ഈ ദുരവസ്ഥയ്ക്ക് കാരണം. സ്വന്തം കരിയറിനെക്കുറിച്ച് യാതൊരു ദിശാബോധവും ഇല്ലാതെ, എന്തെങ്കിലും പഠിച്ച്, എന്തെങ്കിലും ജോലി നേടുക എന്ന പരമ്പരാഗത ശൈലിയിൽ നിന്ന് നാം ഇനിയും മോചിതരായിട്ടില്ല എന്നാണ് ഇത്തരം വാർത്തകൾ നമ്മോട് പറയുന്നത്. വിദ്യാഭ്യാസ യോഗ്യതകൾ പ്രാധാന്യം അർഹിക്കുമ്പോൾ തന്നെ അവ കൊണ്ടുമാത്രം അനുയോജ്യമായ തസ്തികകൾ ലഭിക്കുന്നില്ല എന്ന് തന്നെയാണ് ഈ വാർത്തകൾ കാണിക്കുന്നത്. ഇതുകൊണ്ടു തന്നെയാണ് വെറും ബിരുദം മാത്രം നേടിയവർ സിവിൽ സർവീസ് പരീക്ഷ ജയിച്ച് ജില്ലാ കലക്ടറും പൊലീസ് സൂപ്രണ്ടുമാരുമായി ജോലി ചെയ്യുമ്പോൾ പി.എച്ച്.ഡി. നേടി ഡോക്ടർ സ്ഥാനം കരസ്ഥമാക്കിയവർ പ്യൂണിന്റെയും, പോലീസ് കോൺസ്റ്റബിൾമാരുടെയും ജോലിക്കുവേണ്ടി പരക്കം പായേണ്ടി വരുന്നത്. ഇതിന് കാരണം ഉയർന്ന വിദ്യാഭ്യാസ യോഗ്യതകൾ നേടിയിട്ടുണ്ടെങ്കിലും, തൊഴിൽക്ഷമതയും, മത്സരക്ഷമതയും കൈവരിച്ചിട്ടില്ല എന്നതാണ്.

ഈ സാഹചര്യങ്ങളിലാണ് ആധുനിക ഇന്ത്യയുടെ പ്രശ്നം തൊഴിലില്ലായ്മയല്ല തൊഴിൽക്ഷമത ഇല്ലാത്തതാണ് എന്ന് ആദി ഗോദ്റജ് (ഗോദ്റജ് ഗ്രൂപ്പിന്റെ ഉടമ)ന്റെ അഭിപ്രായം ശ്രദ്ധേയമാകുന്നത്.

രാജ്യത്തെ എൻജിനീയറിങ് ബിരുദധാരികളിൽ 94 ശതമാനവും തൊഴിൽ നേടാനും, ചെയ്യാനും പ്രാപ്തി നേടിയവരല്ല എന്നാണ് കൊടാക്ക് മഹീന്ദ്ര കമ്പനിയുടെ സി.ഇ.ഒ. ആയ സി.പി. ഗുർനാനിയുടെ നിരീക്ഷണം. കലാലയങ്ങളിൽ നിന്ന് നേടുന്ന നൈപുണ്യങ്ങളിലെ പോരായ്മകളാണ് ഇതിനു കാരണം. ഫിക്കി, നാസ്കോം തുടങ്ങിയ സംഘടനകൾ നടത്തിയ പല പഠനങ്ങളും സൂചിപ്പിക്കുന്നത്

ഇന്ത്യയിൽനിന്നുള്ള ബിരുദധാരികളിൽ, മത്സരക്ഷമതയും, തൊഴിൽ ക്ഷമതയും, കൈമുതൽ ആയിട്ടുള്ളവർ വെറും 25 ശതമാനം മാത്രമാണ് എന്നാണ്. ആശയവിനിമയത്തിലെ അപാകതകൾ, ഇംഗ്ലീഷ് പരിജ്ഞാനകുറവ്, സ്വന്തം പഠനശാഖ യിലെ ആനുകാലിക സംഭവവികാസങ്ങളെക്കുറിച്ചുള്ള അജ്ഞത തുടങ്ങിയവയാണ് മുഖ്യപ്രശ്നങ്ങളായി ഈ പഠനങ്ങൾ കണ്ടെത്തിയത്.

മാറിമറിയുന്ന തൊഴിൽമേഖലയിലെ സങ്കീർണതകൾ നേരിടാൻ അക്കാദമിക നേട്ടങ്ങൾ മാത്രം പോരാ. അക്കാദമിക് പരീക്ഷകളിൽ വിജയം നേടാൻ ആവശ്യമായ കഴിവുകളും, നിപുണതകളും മാത്രം പോരാ നിയമനത്തിന് വേണ്ടി നടത്തപ്പെടുന്ന പരീക്ഷകളിൽ കരുത്ത് തെളിയിക്കുവാൻ. ഈ കഴിവുകൾ ഔപചാരിക വിദ്യാഭ്യാസത്തിലൂടെ മാത്രം ലഭ്യമാകണമെന്നില്ല. നിപുണതകളുടെ കാര്യത്തിൽ നിലനിൽക്കുന്ന ഈ വിടവ് നികത്താനുള്ള ഉത്തരവാദിത്വം ഉദ്യോഗാർത്ഥികൾ തന്നെ ഏറ്റെടുക്കേണ്ടിയിരിക്കുന്നു. ടെക്സ്റ്റ് ബുക്കുകൾ നൽകുന്ന വിജ്ഞാനം കൊണ്ട് മാത്രം തൊഴിൽ നേടാനും നേടിയവ നിലനിർത്തിക്കൊണ്ടു പോകാനും സാധ്യമല്ല. ഇതിന് തൊഴിൽക്ഷമത കൂടിയേതീരൂ. ചെയ്യാനുദ്ദേശിക്കുന്ന ജോലിക്ക് വേണ്ടതായ അഭിരുചിയും അഭിനിവേശവും പ്രതിബദ്ധതയും ഉണ്ടോ എന്ന് പരിശോധിക്കുന്നതിനായിരിക്കും മിക്കവാറും എല്ലാ മത്സരപ്പരീക്ഷകളും, അഭിമുഖങ്ങളും, ശ്രമിക്കുന്നത്. ഇവയെ അതിജീവിക്കുവാൻ ഉയർന്ന തൊഴിൽ ക്ഷമത ഉണ്ടായിരിക്കേണ്ടതാണ്.

തൊഴിൽ മേഖലകൾക്ക് എന്താണോ വേണ്ടത് അതിനനുസരിച്ച നൈപുണ്യങ്ങളാണ് ഉദ്യോഗാർത്ഥികൾക്കുണ്ടായിരിക്കേണ്ടത്. അങ്ങനെയല്ലാതെ വരുമ്പോഴാണ് ഭീമമായ എംപ്ലോയെബിലിറ്റി ഗ്യാപ്പ് സൃഷ്ടിക്കപ്പെടുന്നത്. ഒരു വശത്ത് വൈദഗ്ധ്യമുള്ള ജീവനക്കാരെ കിട്ടാതെ അനേകം തൊഴിലവസരങ്ങൾ ഒഴിഞ്ഞു കിടക്കുകയും മറുവശത്ത് ലക്ഷക്കണക്കിന് ഉദ്യോഗാർത്ഥികൾ ജോലി ലഭിക്കാതെ അലയുകയും ചെയ്യുന്ന വൈരുദ്ധ്യങ്ങൾക്ക് നടുവിലാണ് നാം എത്തിനിൽക്കുന്നത്. ഈ ദുരവസ്ഥയ്ക്കുള്ള പരിഹാരം, ഉദ്യോഗാർഥികളുടെ തൊഴിൽക്ഷമത വർധിപ്പിക്കുക എന്നത് മാത്രമാണ്.

തൊഴിൽക്ഷമത എങ്ങനെ മെച്ചപ്പെടുത്താം

വിദ്യാഭ്യാസയോഗ്യതകളോടൊപ്പം, മത്സരക്ഷമതയും തൊഴിൽ ക്ഷമതയും കൂടിയുണ്ടെങ്കിലെ ജോലി എന്ന സ്വപ്നം സാക്ഷാത് കരിക്കപ്പെടുകയുള്ളൂ. ബിരുദമെന്ന യോഗ്യത ഇന്ന് മത്സര പരീക്ഷകളിലും, അഭിമുഖങ്ങളിലും പങ്കെടുക്കുവാനുള്ള ഒരു പ്രവേശന പാസ് മാത്രമായി

തീർന്നിരിക്കുന്നു. ദ്രുതഗതിയിൽ നടക്കുന്ന മാറ്റങ്ങൾക്കൊപ്പം തൊഴിൽ ദായകർക്കാവശ്യം വരുന്ന നൈപുണ്യങ്ങളിലും വ്യത്യാസങ്ങൾ വരുന്നു. ഈ മാറ്റങ്ങൾ ക്കനുസരിച്ച് അക്കാദമിക്ക് സിലബസുകളിൽ മാറ്റം വരുന്നില്ല. അതേസമയം മത്സര പരീക്ഷകൾക്കുള്ള സിലബസും, രീതിയുമെല്ലാം മാറ്റങ്ങൾക്ക് വിധേയമാകുകയും ചെയ്യുന്നു. വർഷങ്ങൾക്കു മുൻപ് നിശ്ചയിക്കപ്പെട്ട അക്കാദമിക്ക് സിലബസ് തൊഴിൽ മേഖലയുടെ ഇന്നത്തെ ആവശ്യങ്ങൾ നിർവഹിക്കുവാൻ പര്യാപ്തമായി കൊള്ളണമെന്നില്ല. ഇങ്ങനെ സൃഷ്ടിക്കപ്പെടുന്ന വിടവ് നികത്തേണ്ട ചുമതല ഉദ്യോഗാർത്ഥികളുടെത് തന്നെയായി തീരുകയും ചെയ്യുന്നു. ഇതിനായി ഉദ്യോഗാർഥികൾക്ക് ചെയ്യാനുള്ളത് ഏത് സാഹചര്യത്തിലും സ്വന്തം തൊഴിൽക്ഷമത മെച്ചപ്പെടുത്തുക എന്നുള്ളതാണ്. ഇതിനായി ഉദ്യോഗാർത്ഥികൾക്ക് എന്തെല്ലാം മാർഗ്ഗങ്ങൾ ആണ് ലഭ്യമായിട്ടുള്ളത് എന്ന് പരിശോധിക്കാം.

തൊഴിൽ ക്ഷമത മെച്ചപ്പെടുത്താനുള്ള മാർഗ്ഗങ്ങൾ:

1. സ്വന്തം ലക്ഷ്യപ്രാപ്തിക്കും, അഭിരുചിക്കും അനുയോജ്യ മല്ലാത്ത കോഴ്സുകൾ പഠനത്തിനായി തിരഞ്ഞെടുക്കാതിരിക്കുക.
2. എന്നെക്കൊണ്ടു ഇത്രയൊക്കെയെ കഴിയൂ അല്ലെങ്കിൽ എനിക്ക് ഇത്രയൊക്കെ മതി എന്ന മാനസികാവസ്ഥയിൽ നിന്ന് മോചനം നേടുക. സ്വയം സൃഷ്ടിക്കുന്ന മതിലുകളുടെ തടവറകളിൽ നിന്ന് പുറത്തുകടക്കുകയാണ് ആദ്യമായി ചെയ്യേണ്ടത്.
3. മാർക്ക് ലക്ഷ്യമാക്കുന്നതിന് പകരം അറിവ് നേടുക എന്നത് ലക്ഷ്യമാക്കുക. ലഭിക്കുന്ന അറിവ് പ്രയോഗത്തിൽ വരുത്താനുള്ള കഴിവ് നേടുക എന്നതായിരിക്കണം രണ്ടാമത്തെ ലക്ഷ്യം.
4. ജോലി തിരഞ്ഞെടുക്കുമ്പോൾ സാമ്പത്തിക പരിഗണനകൾ മാത്രം കണക്കിലെടുക്കാതെ വളർച്ചയ്ക്കുള്ള സാദ്ധ്യതകൾ കൂടി കണക്കിലെടുക്കുക.
5. കോളേജിൽ നിന്നും ലഭിക്കുന്ന സർട്ടിഫിക്കറ്റുകളെ മാത്രം ആശ്രയിക്കാതെ, പഠനത്തോടൊപ്പം തന്നെ കാലികമായ നൈപുണ്യങ്ങൾ കരസ്ഥമാക്കുവാൻ ഓൺലൈനിലൂടെ ലഭ്യമാകുന്ന ഹ്രസ്വകാല കോഴ്സുകൾ പ്രയോജനപ്പെടുത്തുക.
6. ഇന്ന് വളരെ പ്രാധാന്യം കൽപ്പിക്കപ്പെടുന്ന പല ജോലികളും മാറ്റങ്ങളുടെ ചുഴിയിൽ പെട്ട് ഭാവിയിൽ അപ്രസക്ത മായിത്തീരാനും, പുതിയവ പലതും സൃഷ്ടിക്കപ്പെടാനും സാദ്ധ്യതകളുണ്ട്. ഇത് മുൻകൂട്ടി കണ്ടെത്തി ഉചിതമായ തയ്യാറെടുപ്പുകൾ നടത്തുക.

7. ഇതിനായി ജോലി ചെയ്യാൻ ആഗ്രഹിക്കുന്ന മേഖലയിൽ നടക്കുന്ന സംഭവവികാസങ്ങളെ ശ്രദ്ധാപൂർവം നിരീക്ഷിക്കുകയും അവിടെ ജോലിചെയ്യുന്നവരുമായി ബന്ധം പുലർത്തുകയും ചെയ്യുക.

8. എല്ലാ മേഖലകളിലും വ്യാപകമായ തോതിൽ നടക്കുന്ന ഡിജിറ്റലൈസേഷന്റെ ആദ്യ ഉപയോക്താവാകുവാൻ ശ്രമിക്കുക.

9. പഠിക്കുന്ന വിഷയം ഏതു തന്നെയായാലും പഠനം പാഠ പുസ്തകങ്ങളിൽ മാത്രം ഒതുക്കാതെ, പ്രയോഗവൽക്കരണ ത്തിൽ കൂടി ശ്രദ്ധിക്കുക. ഇതിനായി ഈ തൊഴിലുകളുമായി ബന്ധപ്പെട്ട് നടക്കുന്ന സെമിനാറുകളിലും ശില്പശാലകളിലുമെല്ലാം കഴിയുന്നത്ര പങ്കെടുക്കുക.

10. തൊഴിൽ രംഗത്തെ മാറ്റങ്ങൾക്കനുസൃതമായി നിരന്തരം സ്വയം നവീകരണത്തിലേർപ്പെടുക.

മാറ്റങ്ങളുടെ മിന്നൽ വേഗത പരിഗണിക്കുമ്പോൾ, ക്ലാസ് മുറികളിൽ നിന്ന് ലഭിക്കുന്ന വിജ്ഞാനം അതിവേഗം കാലഹരണപ്പെട്ടു പോകാനിടയുണ്ട്. അതിനാൽ മാറ്റങ്ങൾക്കനുസരിച്ച് കാലാനുസൃ തമായ പുതിയ കഴിവുകൾ നേടുകയും, നേടിയവ പുതുക്കി എടുക്കുകയും വേണം. തുടർച്ചയായ അപ്സ്കില്ലിങ്ങും, റീസ്കില്ലിങ്ങും ഇതിനാവശ്യമാണ്. മാറ്റങ്ങളോട് ക്രിയാത്മകമായി പ്രതികരിക്കുവാനും മാറുന്ന കാലത്തിനനുസരിച്ച് മാറുവാനും തയ്യാറില്ലാത്തവരാണ് പലപ്പോഴും മത്സരങ്ങളിൽ പിന്തള്ളപ്പെടുന്നത്. സ്ഥാപനങ്ങളുടെ മൂല്യവർദ്ധനക്ക് ഉതകുന്ന സംഭാവനകൾ നൽകുവാൻ കഴിവുള്ള ഉദ്യോഗാർത്ഥികളെയാണ് തൊഴിൽ ഉടമകൾക്ക് ആവശ്യം. കാലികമായ കഴിവുകളാണ് ഒരു ഉദ്യോഗാർ ത്ഥിയുടെ പ്രസക്തി നിർണ്ണയിക്കുന്നത്. കാലാഹരണപ്പെട്ട വിജ്ഞാനവും നൈപുണ്യവും മാത്രം കൈമുതലാക്കിക്കൊണ്ട് ആർക്കും ഉയരങ്ങൾ കീഴടക്കാനാകില്ല.

മാറ്റങ്ങളെ നേരിടാൻ സന്നദ്ധരാകാം

"അവസരങ്ങൾ ഭാഗ്യം കൊണ്ട് ലഭിക്കുന്നതല്ല.
അവ നമ്മുടെയെല്ലാം ചുറ്റിനുമുണ്ട്
ചിലരത് പിടിച്ചെടുക്കുന്നു. മറ്റു ചിലർ
അവ കടന്നു പോകുന്നത് നോക്കി വെറുതെ നിൽക്കുന്നു"

- ധീരുഭായി അംബാനി

അദ്ഭുതപൂർവമായ ഒരു ദശാസന്ധിയിലൂടെയാണ് ലോകം ഇന്ന് കടന്നുപോകുന്നത്. കൊറോണക്കാലം ഒരു താൽക്കാലിക പ്രതിസന്ധി മാത്രമായി അതിവേഗം കടന്നുപോകുമെന്നുള്ള പ്രതീക്ഷ തികച്ചും അസ്ഥാനത്തായി. ഹ്രസ്വകാലത്തേക്കെന്ന് കരുതി നാം സ്വീകരിച്ച പല നടപടികളും സമീപ ഭാവിയിലൊന്നും തന്നെ നമ്മെ വിട്ടുപിരിയാനുള്ള സാദ്ധ്യതകൾ കാണുന്നില്ല. ഇവയിൽ പലതും ഭാവി ജീവിതത്തിന്റെ ഭാഗമായി മാറിയേക്കാനാണ് സാദ്ധ്യത. സംഭവിച്ചുകൊണ്ടിരിക്കുന്ന മാറ്റങ്ങൾക്കിടയിൽ ശാശ്വതം എന്ന് കരുതിയിരുന്ന പലതും പൊളിച്ചെഴുതപ്പെടുന്നു. കാതലായ മാറ്റങ്ങൾ എല്ലാ മേഖലകളിലും സംഭവിച്ചു കൊണ്ടിരിക്കുന്നു. പ്രവചനാതീതമായ ഈ മാറ്റങ്ങളുടെ മദ്ധ്യത്തിൽ നിന്നുകൊണ്ട് ഒന്നു മാത്രമേ പ്രവചിക്കുവാൻ കഴിയൂ. അതായത് വരാനിരിക്കുന്ന നാളെകൾ ഇന്നലെകളിൽ നിന്ന് തികച്ചും വ്യത്യസ്തമായിരിക്കുമെന്ന്. താരതമ്യമില്ലാത്ത ഈ മാറ്റങ്ങൾ ലോക സമ്പദ് വ്യവസ്ഥയെ തന്നെ പുതിയൊരു ഘട്ടത്തിലെത്തിക്കും. ഈ മാറ്റങ്ങൾ എല്ലാം തന്നെ പ്രതിസന്ധികളോടൊപ്പം അവസരങ്ങളും കാഴ്ച വെയ്ക്കും.

മാറ്റങ്ങളിൽ അതിരു കവിഞ്ഞ് ആശങ്കപ്പെടാതെ മാറ്റങ്ങൾക്ക് പിന്നിൽ മറഞ്ഞിരിക്കുന്ന അവസരങ്ങൾ കണ്ടെത്തി, അവ പ്രയോജനപ്പെടുത്താനുള്ള തയ്യാറെടുപ്പ നടത്തുകയാണ് ഉദ്യോഗാർത്ഥികൾ ചെയ്യേണ്ടത്. ഈ തയ്യാറെടുപ്പ് സ്വന്തം പ്രതിയോഗികളെക്കാൾ മികച്ച രീതിയിൽ, അതിവേഗത്തിൽ ചെയ്യാൻ കഴിയുന്നവരാണ് വിജയം സ്വന്തമാക്കുന്നത്.

നിഷ്ക്രിയത്വം ഒന്നിനും പരിഹാരമല്ല

മഹാമാരിയേയും അത് വരുത്തിതീർത്ത മാറ്റങ്ങളെയും ശപിച്ചു കൊണ്ട് നല്ല നാളെകൾക്കായി കർമ്മരഹിതരായി കാത്തിരിക്കുന്നതു കൊണ്ട് യാതൊരു പ്രയോജനവുമില്ല. എല്ലാം കലങ്ങിത്തെളിഞ്ഞതിനുശേഷം നോക്കാമെന്ന മനോഭാവം ആർക്കും ഗുണം ചെയ്യില്ല. നമ്മൾ ശ്രദ്ധാപൂർവ്വം ആവിഷ്കരിച്ച പല പദ്ധതികളും ആകസ്മികതയിൽ തകർന്ന് പോകുന്നത് സാധാരണമാണ്. ഈ മഹാമാരിയേയും അത്തരത്തിലുള്ള ഒരു ആകസ്മികതയായി കണ്ടു നേരിടുകയാണ് വേണ്ടത്.

മാറ്റങ്ങൾക്കനുസരിച്ച് സ്വന്തം കഴിവുകളിലും, നൈപുണ്യങ്ങളിലും കാലോചിതമായ മാറ്റങ്ങൾ വരുത്താനുള്ള ശ്രമങ്ങളാണ് ഉണ്ടാകേണ്ടത്. ഏത് പരിതസ്ഥിതിയിലും സ്വന്തം തൊഴിൽക്ഷമതയും, മത്സരക്ഷമതയും നിരന്തരം വർദ്ധിപ്പിക്കുകയായിരിക്കണം ഉദ്യോഗാർഥികളുടെ ലക്ഷ്യം. ഇതിനായി വ്യക്തമായ ഒരു പദ്ധതിയും അത് നടപ്പിൽ വരുത്താനുള്ള കർമ്മ പരിപാടികളും ആവിഷ്കരിക്കുകയും ആത്മാർത്ഥതയോടെ നിർവഹിക്കുകയും ചെയ്യുക. മാറുന്ന സാഹചര്യങ്ങൾക്കനുയോജ്യമായി സ്വന്തം കരിയർ ലക്ഷ്യങ്ങളിൽ മാറ്റം വരുത്തുക. പരിവർത്തനങ്ങളെ അവഗണിച്ചതുകൊണ്ടോ അവക്കെതിരെ പുറം തിരിഞ്ഞു നിന്നതുകൊണ്ടോ പ്രയോജനമില്ല. സാമൂഹ്യ സാമ്പത്തിക മേഖലകൾ അടുത്തകാല ത്തൊന്നും പഴയതുപോലെ ആകുവാനുള്ള സാധ്യതകൾ കാണുന്നില്ല. മഹാമാരിയുടെ പിൻമാറ്റം സംഭവിച്ചാലും എല്ലാം പഴയ നോർമലിലേക്ക് തിരിച്ചു പോകുമെന്ന് പ്രതീക്ഷിക്കാൻ പറ്റില്ല.

വരാൻ പോകുന്ന നവ സാധാരണത്വത്തിനനുസരിച്ച് ജീവിതം കരുപ്പിടിപ്പിക്കാനായിരിക്കണം ആസൂത്രണവും പ്രവർത്തനവും. ഭാഗ്യദേവതയുടെ കടാക്ഷത്തിൽ മാത്രം ശ്രദ്ധയൂന്നി കാത്തിരിപ്പ് തുടരുന്നതിൽ അർത്ഥമില്ല. ഭാഗ്യം എന്നത് വിയർപ്പിന്റെ ലാഭവിഹിതമാണ്. കൂടുതൽ വിയർപ്പൊഴുകുമ്പോൾ കൂടുതൽ ഭാഗ്യം കൈവരുന്നു എന്നതാണ് യാഥാർത്ഥ്യം.

മാറ്റങ്ങൾക്ക് പിന്നിൽ മറഞ്ഞിരിക്കുന്ന അവസരങ്ങൾ

എത്ര കടുത്ത പ്രതിസന്ധികൾക്കു പിന്നിലും അവസരങ്ങൾ മറഞ്ഞിരിക്കുന്നുണ്ടാകാം. അവയെ തക്കസമയത്ത് കണ്ടെത്തി ഉപയോഗപ്പെടുത്തുകയാണ് വേണ്ടത്. ഉദാഹരണത്തിന് കോവിഡ് സൃഷ്ടിച്ച സാമൂഹ്യ അകലം നിർണ്ണായകമായ പല മാറ്റങ്ങൾക്കും വഴിവെച്ചു. ആരോഗ്യം, റീട്ടെയിൽ, വിദ്യാഭ്യാസം തുടങ്ങിയ പല മേഖലകളിലും ഡിജിറ്റലൈസേഷന്റെ വളർച്ച അതിവേഗത്തിലാണ് സംഭവിച്ചുകൊണ്ടിരിക്കുന്നത്. വിദ്യാഭ്യാസരംഗം ഏതാണ്ട് പൂർണ്ണമായിത്തന്നെ ഓൺലൈൻ മാതൃകയിലേക്ക് മാറി. ഇത് കണ്ടന്റ് നിർമ്മാണം, അസ്സസ്സ്മെന്റ് ടൂൾസ്, പ്ലാറ്റ്ഫോം കസ്റ്റമൈസേഷൻ തുടങ്ങിയ പല വിഭാഗങ്ങളിലും ജോലി സാദ്ധ്യതകളുടെ വളർച്ചയ്ക്ക് കളമൊരുക്കി. ഗിഗ് ഇക്കണോമിയിൽ ദിവസവേതനം എന്ന വ്യവസ്ഥിതിക്ക് പകരം ജോലിചെയ്യുന്ന സമയത്തിന്റെ ദൈർഘ്യത്തിനനുസരിച്ച് വേതനം എന്ന വ്യവസ്ഥ നിലവിൽ വന്നു. സ്ഥിരം ജോലി ആഗ്രഹിക്കുന്ന യുവതലമുറയെ ഇത് പ്രതികൂലമായി ബാധിച്ചേക്കാമെങ്കിലും മറ്റു പല തൊഴിൽ ഉടമകൾക്കും ജീവനക്കാർക്കും ഈ വ്യവസ്ഥ ഒരുപോലെ സൗകര്യപ്രദവും ലാഭകരവുമായി അനുഭവപ്പെടുന്നുണ്ട്. കൂടുതൽ സമയം കൂടുതൽ മികച്ച രീതിയിൽ ജോലി ചെയ്യുന്നവർക്ക് കൂടുതൽ വേതനം എന്ന നിലവന്നു. സൊമാറ്റോ, സ്വിഗ്ഗി തുടങ്ങിയ സ്ഥാപനങ്ങളിൽ ജോലി ചെയ്യുന്ന ധാരാളം ചെറുപ്പക്കാർ ഇതിനു ദാഹരണമാണ്.

സൗഖ്യ മേഖല എന്ന അപകട മേഖലയിൽ നിന്ന് സ്വയം പുറത്തു കടക്കാനുള്ള ഒരു അവസരമാണ് മഹാമാരി സമ്മാനിച്ചിരിക്കുന്നത്. ഈ അവസരം പരമാവധി പ്രയോജനപ്പെടുത്തുകയേ വഴിയുള്ളൂ. ഹ്രസ്വകാല ബുദ്ധിമുട്ടുകൾ ദീർഘകാല നേട്ടങ്ങൾ കാഴ്ചവെക്കും എന്ന ശുഭാപ്തി വിശ്വാസത്തിൽ മുന്നോട്ടുപോകാം.

മാറ്റങ്ങളെ നേരിടാൻ ഉദ്യോഗാർത്ഥികൾ ചെയ്യേണ്ടത്

കാലം സൃഷ്ടിക്കുന്ന മാറ്റങ്ങളെ എങ്ങനെ നേരിടാം? ഉദ്യോഗാർത്ഥി കൾ മാത്രമല്ല സ്ഥാപനങ്ങളും വ്യക്തികളും എല്ലാം ഒരുപോലെ നേരിടുന്ന ഒരു പ്രധാന പ്രശ്നമാണ് ഇത്. കാലത്തിന്റെ മാറ്റങ്ങൾക്കൊത്ത് അപ്ഗ്രേഡ് ചെയ്ത് സ്വയം മാറാൻ പറ്റാത്തവർ ജോലിയിലും, ബിസിനസ്സിലും, ജീവിതത്തിലും എല്ലാം തന്നെ അപ്രസക്തരായി തീരും. എല്ലാ മേഖലകളിലും വൻ മാറ്റങ്ങളാണ് സംഭവിച്ചു കൊണ്ടിരിക്കുന്നത്. ഇപ്പോൾ വന്നതിനേക്കാൾ വലിയ മാറ്റങ്ങളാണ് ഇനി വരാനിരിക്കുന്നത്. ഈ മാറ്റങ്ങളെ മറികടക്കുവാൻ ഉദ്യോഗാർത്ഥികൾ എന്തെല്ലാമാണ് ചെയ്യേണ്ടത് എന്ന് പരിശോധിക്കാം.

1. കണ്ണും കാതും കൂർപ്പിച്ച് മാറ്റങ്ങൾക്കെതിരെ അതീവ ജാഗ്രത പുലർത്തുക. മാറ്റങ്ങളുടെ മുന്നോടിയായി പ്രത്യക്ഷപ്പെടുന്ന സൂചനകളെ വിശകലനം ചെയ്ത് അവ ഭാവിയിൽ നൽകിയേക്കാവുന്ന സാധ്യതകളെ കണ്ടെത്തുക.
2. ജോലി നേടുന്നതിനുള്ള ഉപാധികളും വ്യവസ്ഥകളും മാറുന്നതിനനുസരിച്ച് സ്വന്തം സമീപനങ്ങളിലും മാറ്റം വരുത്തുക. ഒരു പ്രത്യേക പ്രദേശത്തോ, മേഖലയിലോ മാത്രമേ ജോലിചെയ്യൂ എന്ന പിടിവാശി ഉപേക്ഷിക്കുക. ഏത് അവസരവും സ്വന്തം വളർച്ചയെ മുന്നോട്ട് നയിക്കാനുള്ള സാധ്യത നൽകുന്നുണ്ടെങ്കിൽ അത് സ്വീകരിക്കുക.
3. ജോലി തിരഞ്ഞെടുക്കുമ്പോൾ സാമ്പത്തികവശം മാത്രം പരിഗണിക്കാതെ വളർച്ചയ്ക്കുള്ള സാധ്യതകൾ കൂടി ഗൗരവമായി കണക്കിലെടുക്കുക.
4. നേടിയ അറിവും, കഴിവുകളും വിപണിക്കനുയോജ്യമായ തരത്തിൽ നവീകരിച്ചു കൊണ്ടിരിക്കുക. പ്രയത്നത്തിന്റെയും തുടർ പരിശീലനത്തിന്റെയും പ്രതിഫലനമാണ് പ്രതിഭ.
5. അതിവേഗം സംഭവിച്ചുകൊണ്ടിരിക്കുന്ന മാറ്റങ്ങൾക്കിടയിൽ ഇപ്പോൾ നിലവിലുള്ള പല ജോലികളും സമീപഭാവിയിൽ തന്നെ അപ്രത്യക്ഷമായേക്കാനിടയുണ്ട്. ഇന്ന് കേട്ടുകേൾവി പോലുമില്ലാത്ത പുത്തൻ തസ്തികകൾ നിലവിൽവരികയും ചെയ്യും. ഈ മാറ്റങ്ങൾക്കനുസരിച്ച് സ്വയം പാകപ്പെടുത്താനും പുനർനിർമ്മിക്കുവാനും കഴിയുന്ന ഉദ്യോഗാർത്ഥികൾക്ക് മാത്രമേ അതിജീവനം സാദ്ധ്യമാകു.
6. വരും നാളുകളിൽ ഒരു വ്യക്തി അയാളുടെ സേവന കാലയളവിൽ ശരാശരി 11 ജോലികൾ തന്നെയെങ്കിലും മാറേണ്ടി വരുമെന്നാണ് പല പഠനങ്ങളും സൂചിപ്പിക്കുന്നത്. താത്കാലിക ജോലികളുടെ എണ്ണം വർദ്ധിക്കുകയും സ്ഥിരം ജോലി എന്ന സമ്പ്രദായം ഒരുപക്ഷേ അന്യം നിന്നുപോയേക്കുകയും ചെയ്യാം. അതായത് കഴിവും യോഗ്യതയുമുള്ള ഒരു വ്യക്തി ഏത് പ്രായത്തിലും ഉദ്യോഗാർത്ഥിയായി തുടരേണ്ടിവരു മെന്നർത്ഥം. ഈ സാഹചര്യത്തിൽ തൊഴിലന്വേഷണ രീതികളിലും, തിരഞ്ഞെടുപ്പ് പ്രക്രിയയിലും വരുന്ന മാറ്റങ്ങളെ ഉൾക്കൊണ്ട് അതിനനുയോജ്യമായ രീതിയിൽ സ്വയം സജ്ജരായിരിക്കുക മാത്രമേ വഴിയുള്ളൂ.
7. നമ്മൾ ഇതുവരെ ചിന്തിച്ചതും പഠിച്ചതും മാത്രമാണ് ശരി എന്ന പിടിവാശിയിൽ നിന്നും മോചനം നേടുക.

8. എത്ര തന്നെ തയ്യാറായിരുന്നാലും, തിരിച്ചടികളിൽ നിന്ന് എല്ലായ്പ്പോഴും രക്ഷപ്പെടാൻ പറ്റിയെന്നു വരില്ല. തിരിച്ചടികളിൽ ഒട്ടും തളരാതെ സ്വയം നവീകരണത്തിലൂടെ വെല്ലുവിളി കളെ മറികടക്കുകയാണ് വേണ്ടത്. എത്ര താഴ്ചയിലേക്ക് നിങ്ങൾ വീണു എന്നതിനല്ല പ്രാധാന്യം, എത്ര വേഗത്തിൽ തിരിച്ചു കയറി എന്നതാണ് മുഖ്യം.

മാറ്റങ്ങൾ വന്നോട്ടെ നമുക്ക് തയ്യാറായി ഇരിക്കാം

മാറ്റങ്ങൾ പ്രതിബന്ധങ്ങൾ സൃഷ്ടിച്ചേക്കാം. പക്ഷേ പലപ്പോഴും ഈ പ്രതിബന്ധങ്ങളാണ് വ്യക്തികളിൽ ഒളിഞ്ഞുകിടക്കുന്ന പല കഴിവുക ളേയും പുറത്തുകൊണ്ടു വരുവാൻ സഹായകമാകുന്നത്. മാറ്റങ്ങളോട് മല്ലിടുകയല്ല വേണ്ടത്, മാറ്റങ്ങൾ നൽകുന്ന സൂചനകൾക്കനുസരിച്ച് കാലോചിതമായ വ്യതിയാനങ്ങളിലൂടെ അതിജീവനം ഉറപ്പു വരുത്തുക യാണ് വേണ്ടത്. കഴിഞ്ഞ കാലത്തെ ശരിയായ കാര്യങ്ങൾ ഭാവിയിലും അങ്ങനെ തന്നെ ആയിക്കൊള്ളണമെന്നില്ല.ഏറ്റവും മോശമായത് പ്രതീക്ഷിക്കുമ്പോൾ തന്നെ ഏറ്റവും നല്ലതി നായി പരിശ്രമിക്കുകയും കൂടി ചെയ്യേണ്ട നാളുകളാണ് അനിശ്ചി തത്വത്തിന്റെ നാളുകൾ. പരി മിതികളെ പരിശ്രമങ്ങൾ കൊണ്ട് മറികടന്ന് മാറ്റങ്ങൾക്ക് മുൻപേ പറക്കും പറവകളായി മാറുകയാണ് വേണ്ടത്. എങ്കിൽ മാത്രമേ മിന്നൽ വേഗത്തിൽ സംഭവിച്ചു കൊണ്ടിരിക്കുന്ന മാറ്റങ്ങൾക്കിടയിൽ പുതുതായി തുറക്കപ്പെടുന്ന കവാടങ്ങൾ കണ്ടെത്താനും കൈയടക്കാനും പറ്റൂ.

ലക്ഷ്യ നിർണ്ണയവും സാക്ഷാത്കാരവും

"നമ്മളിൽ കൂടുതൽ പേർക്കും സംഭവിക്കുന്ന വൻ അപകടം ഉയർന്ന ലക്ഷ്യങ്ങൾ നിശ്ചയിച്ച്, അതിലെത്തിച്ചേരാൻ പറ്റാത്തതല്ല, പക്ഷേ താഴ്ന്ന ലക്ഷ്യങ്ങൾ നിർണ്ണയിക്കുകയും അവ നേടുകയും ചെയ്യുന്നു എന്നുള്ളതാണ്"

മൈക്കിൾ ആഞ്ചലോ

ഒന്നുമില്ലായ്മയിൽ നിന്ന് സ്വയം രൂപപ്പെടുത്തിയെടുത്ത കഴിവുകളും, നിരന്തര പരിശ്രമങ്ങളും കൊണ്ട് മാത്രം ഉന്നതിയിലെത്തിയ പലരെയും നമുക്കു ചുറ്റും കാണാറുണ്ട്. ശരാശരി ജീവിതംകൊണ്ട് മാത്രം തൃപ്തിപ്പെടേണ്ടി വരുന്ന ബഹുഭൂരിപക്ഷം ജനതയിൽ നിന്നും ഇവരെ വ്യത്യസ്തരാക്കുന്നതെന്താണ്. ഇതറിയാൻ വേണ്ടി ഗൗരവമാർന്ന പഠനങ്ങൾ ലോകത്തിന്റെ പല ഭാഗത്തും നടക്കുകയും കാരണങ്ങൾ കണ്ടെത്തുകയും ചെയ്തിട്ടുണ്ട്.

വിജയത്തിന്റെ മൂന്ന് സുപ്രധാന ഘടകങ്ങൾ:

ഈ പഠനങ്ങളെല്ലാം തന്നെ ഒരേപോലെ കണ്ടെത്തിയ ചില പൊതു ഘടകങ്ങളുണ്ട്. അവയിൽ സുപ്രധാനമായ മൂന്നെണ്ണം ഇവയാണ്.

1. സ്തുത്യർഹമായ നേട്ടങ്ങൾ കൈവരിച്ചിട്ടുള്ള എല്ലാ വ്യക്തി കൾക്കും ജീവിതത്തിന് വ്യക്തമായ ഒരു ലക്ഷ്യം ഉണ്ടായിരുന്നു.
2. ഈ ലക്ഷ്യങ്ങളിൽ എത്തിച്ചേരുവാനുള്ള ദിശാനിർണ്ണയം വളരെ കൃത്യമായി ആസൂത്രണം ചെയ്തവരായിരുന്നു ഇവർ.

3. ലക്ഷ്യപ്രാപ്തിക്കായി ആസൂത്രണം ചെയ്ത പദ്ധതികൾ നടപ്പാക്കുന്നതിൽ യാതൊരു വിട്ടുവീഴ്ചയും കാണിച്ചില്ല.

അതായത് യാഥാർത്ഥ്യബോധത്തിലധിഷ്ഠിതമായ വ്യക്തതയാർന്ന ലക്ഷ്യം, കൃത്യമായ ആസൂത്രണം, ശക്തമായ നിർവ്വഹണം ഈ മൂന്ന് ഘടകങ്ങളാണ് ഈ വിജയികളെ വ്യത്യസ്തരാക്കുവാൻ സഹായിച്ചത് എന്നായിരുന്നു പഠനങ്ങൾ കണ്ടെത്തിയത്. വിജയം കുറുക്കുവഴികളിലൂടെ നേടിയെടുക്കാമെന്ന വ്യാമോഹം ഈ വിജയികളിലാർക്കും തന്നെയില്ലായിരുന്നു.

എന്താണ് ലക്ഷ്യം എന്നതുകൊണ്ട് ഉദ്ദേശിക്കുന്നത്?

ലക്ഷ്യം അഥവാ ഗോൾ എന്ന പദം ഫുട്ബോൾ കളിയിൽ നിന്നുമാണ് ഉരുത്തിരിഞ്ഞ് വന്നത്. ഗോൾ പോസ്റ്റുകളില്ലാത്ത ഒരു ഫുട്ബോൾ മത്സരത്തെപ്പറ്റി ഒന്നോർത്തു നോക്കുക. എത്ര കളിച്ചാലും അവസാനിക്കാത്ത ആരും വിജയിക്കാത്ത ആ കളി എങ്ങനെ ഉണ്ടാകും? അതുപോലെതന്നെ എവിടെ എപ്പോൾ എത്തിച്ചേരണം എന്ന് യാതൊരു നിശ്ചയവുമില്ലാത്ത ഒരു യാത്ര എങ്ങനെയുണ്ടാകും? ഇത്തരമൊരു യാത്രയ്ക്കോ, ഫുട്ബോൾ മത്സരത്തിനോ സാമാന്യബുദ്ധിയുള്ള ആരെങ്കിലും തയ്യാറാകുമോ? എത്രത്തോളം നിരർത്ഥകവും, നിഷ്പ്രയോജനവുമായിരിക്കും ആ വ്യഥാവ്യായാമം? ഇതൊക്കെയാണെങ്കിലും സ്വന്തം ജീവിതത്തെ സംബന്ധിച്ചേടത്തോളം നമ്മിൽ പലരും ചെയ്യുന്നത് ഇത് തന്നെയല്ലേ? സുവ്യക്തമായ ലക്ഷ്യങ്ങൾ ഇല്ലാത്ത ജീവിതം നിരർത്ഥകവും യുക്തിഹീനവുമാണ്.

വിജയം നേടാനായി നീണ്ടകാലത്തെ സമർപ്പണ ബോധത്തോടെയുള്ള പ്രവർത്തനം കൊണ്ട് മാത്രം നേടാൻ കഴിയുന്ന, ശ്രദ്ധാപൂർവ്വം തിരഞ്ഞെടുക്കപ്പെട്ട പരിണതഫലം അതാണ് ലക്ഷ്യത്തിന്റെ ഒരു ഏകദേശ നിർവചനം.

ജീവിതയാത്രയിൽ, എങ്ങനെ, എപ്പോൾ, എവിടെ എത്തിച്ചേരണമെന്ന് കൃത്യമായി നിശ്ചയിക്കുന്ന പ്രക്രിയയാണ് ലക്ഷ്യനിർണ്ണയം. വ്യക്തമായി നിർണ്ണയിക്കുകയും, നിർവ്വചിക്കുകയും ചെയ്ത ലക്ഷ്യങ്ങളാണ് വിജയത്തിലേക്കുള്ള ആദ്യപടി. നിങ്ങൾ എവിടെനിന്നു വന്നു എന്നുള്ളതല്ല പ്രധാനം, എങ്ങോട്ടേക്ക് പോകുന്നു എന്നുള്ളതാണ് മുഖ്യം. എത്ര ഉയരത്തിൽ പറക്കുന്നു എന്നുള്ളതിനെക്കാൾ പ്രാധാന്യം ഏതു ദിശയിലേക്ക് പറക്കുന്നു എന്നതിനാണ്. നമ്മുടെ ഭാവനയെയും, ഇച്ഛാശക്തിയേയും ഏകോപിപ്പിച്ച് നിശ്ചയിച്ചുറപ്പിച്ച മാർഗ്ഗത്തിൽ നിന്ന് ഒട്ടും വ്യതിചലിക്കാതെ സഞ്ചരിക്കുമ്പോഴാണ് ഉദാത്തമായ ലക്ഷ്യങ്ങൾ ഉദയം ചെയ്യുന്നതും സാക്ഷാത് കരിക്കപ്പെടുന്നതും.

നമ്മുടെ ആഗ്രഹങ്ങളാണ് പലപ്പോഴും സ്വപ്നങ്ങളായി പരിണമിക്കുന്നത്. സ്വപ്നങ്ങൾ ആഗ്രഹിച്ചിടത്തു തന്നെ അവസാനിക്കുമ്പോൾ ലക്ഷ്യങ്ങൾ അതുപോലെ അവസാനിക്കുന്നില്ല. അതുകൊണ്ടുതന്നെയാണ് പലപ്പോഴും ലക്ഷ്യങ്ങളെ കാലുകളുള്ള സ്വപ്നങ്ങൾ എന്ന് വിളിക്കുന്നത്. നിശ്ചിത ദിശയിലേക്ക് സഞ്ചരിക്കുവാൻ കഴിവുള്ള കാലുകളോടുകൂടിയ സമയബന്ധിതമായ സ്വപ്നങ്ങളാണ് ലക്ഷ്യങ്ങളായി രൂപാന്തരം പ്രാപിക്കുന്നത്.

ജീവിതത്തിൽ വിജയിക്കുവാൻ ശക്തവും, വ്യക്തവും, പ്രസക്തവുമായ ലക്ഷ്യങ്ങൾ കൂടിയേ കഴിയൂ. കോവിഡാനന്തര ലോകത്ത് വളരുക, അല്ലെങ്കിൽ തളരുക എന്ന രണ്ട് സാധ്യതകൾ മാത്രമെയുള്ളൂ. തളർച്ചയെ തടയുവാനും വളർച്ചയെ പരിപോഷിപ്പിക്കുവാനും ലക്ഷ്യബോധം അനിവാര്യമാണ്. ദൈനംദിന പ്രശ്നങ്ങളിൽ മുങ്ങിത്താഴ്ന്ന പോകാതെ മുന്നേറാൻ നമ്മെ സഹായിക്കുന്നത് വ്യക്തമായ ലക്ഷ്യങ്ങളാണ്.

ലക്ഷ്യ നിർണ്ണയത്തിൽ ശ്രദ്ധിക്കേണ്ട കാര്യങ്ങൾ

1. നാം തിരഞ്ഞെടുക്കുന്ന ലക്ഷ്യങ്ങൾ എല്ലായ്പ്പോഴും വ്യക്തവും സുനിശ്ചിതവും (Specific) ആയിരിക്കണം. ഉദാഹരണത്തിന് ഒരു നല്ല ജോലി ലഭിക്കണം എന്നുള്ളത് ഒരു സ്പെസിഫിക് ലക്ഷ്യമല്ല, അത് വെറും ആഗ്രഹം മാത്രമേ ആകുന്നുള്ളൂ. എന്ത് ജോലി, ഏത് മേഖലയിൽ, എപ്പോൾ നേടണമെന്ന് എല്ലാം സ്പഷ്ടമായി നിശ്ചയിക്കപ്പെടുമ്പോൾ മാത്രമാണ് ഈ ആഗ്രഹങ്ങൾ ലക്ഷ്യമായി മാറുന്നത്.
2. ലക്ഷ്യങ്ങൾ കൃത്യമായി അളന്ന് തിട്ടപ്പെടുത്തുവാൻ (measurable) പറ്റുന്നവയായിരിക്കണം. ഉദാഹരണത്തിന് ധാരാളം പണം സമ്പാദിക്കണമെന്നുള്ളത് അളന്ന് തിട്ടപ്പെടുത്തുവാൻ പറ്റുന്ന ഒരു ലക്ഷ്യമല്ല. എത്ര പണം, എപ്പോഴത്തെക്ക്, എങ്ങനെയെല്ലാം നേടണമെന്ന് നിശ്ചയിച്ചാൽ മാത്രമേ അത് അളന്ന് തിട്ടപ്പെടുത്തുവാൻ പറ്റുകയുള്ളൂ.
3. ലക്ഷ്യങ്ങൾ യാഥാർത്ഥ്യബോധത്തോടെ നിശ്ചയിക്കപ്പെട്ടവയായിരിക്കണം. നക്ഷത്രങ്ങളെ എത്തിപ്പിടിക്കുവാൻ ലക്ഷ്യമിടുമ്പോഴും പാദങ്ങൾ ഭൂമിയിൽ തന്നെ ഉറപ്പിച്ചിരിക്കണം എന്നർത്ഥം.
4. ലക്ഷ്യങ്ങൾ നിശ്ചിത സമയപരിധി (Time bound) ഉള്ളവയായിരിക്കണം. ഉദാഹരണത്തിന് ശരീരഭാരം കുറയ്ക്കുകയാണ് ലക്ഷ്യം എന്ന് കരുതുക. എത്ര നാളുകൾക്കുള്ളിൽ എത്ര ഭാരം

കുറയ്ക്കണമെന്ന് നിശ്ചയിക്കപ്പെട്ടുമ്പോൾ മാത്രമേ അത് സമയ പരിധിയോടെയുള്ള ലക്ഷ്യമാകുന്നുള്ളൂ.

മേൽപ്പറഞ്ഞ അഞ്ച് കാര്യങ്ങൾ (Specific, Measurable, Achievable, Realtsiic and time bound) കണക്കിലെടുത്ത് ലക്ഷ്യങ്ങൾ നിശ്ചയിക്കപ്പെട്ടുമ്പോഴാണ് അവ smart (മേൽപറഞ്ഞ പദങ്ങളുടെ ആദ്യാക്ഷരങ്ങൾ) ലക്ഷ്യങ്ങളാകുന്നത്.

കൃത്യമായ ആസൂത്രണവും പിഴവില്ലാത്ത നിർവ്വഹണവും

ലക്ഷ്യം നിർണ്ണയിച്ചതുകൊണ്ട് മാത്രം കാര്യമില്ല. കൃത്യമായ ആസൂത്രണത്തിന്റെയും, ശക്തമായ നിർവ്വഹണത്തിന്റെയും കൂടി പിൻബലമുണ്ടെങ്കിലേ ലക്ഷ്യം കരസ്ഥമാക്കാൻ കഴിയൂ. ലക്ഷ്യത്തിലെത്തിച്ചേരാനുള്ള മാർഗ്ഗങ്ങളെക്കുറിച്ചും, അതിനു വേണ്ടതായ വിഭവങ്ങളെ (സമയം, പണം, പരിശ്രമങ്ങൾ)ക്കുറിച്ചും എല്ലാം വ്യക്തമായ രൂപരേഖയുണ്ടായിരിക്കണം. ഇപ്പോൾ എവിടെയാണുള്ളതെന്നും, എവിടെ എപ്പോൾ എത്തിച്ചേരണമെന്നുമെല്ലാം വ്യക്തത ഉണ്ടായിരിക്കണം. ലക്ഷ്യത്തിൽ എത്തിച്ചേരാനുള്ള ഏതെല്ലാം ഘടകങ്ങൾ കയ്യിലുണ്ടെന്നും, ഏതെല്ലാമാണ് ഇല്ലാത്തതെന്നും കണ്ടെത്തുക. ഉള്ളവയെ പരിപോഷിപ്പിക്കുകയും പോരായ്മകൾ നികത്തുകയും ചെയ്യുക. ഈ വിശകലനമായിരിക്കണം ആസൂത്രണത്തിന്റെ അടിസ്ഥാനം. ലക്ഷ്യത്തിലെത്തിച്ചേരാൻ തടസ്സമാകുന്ന അലസത, അശ്രദ്ധ, മുടന്തൻ ന്യായങ്ങളിൽ അഭയം കണ്ടെത്താനുള്ള പ്രവണത തുടങ്ങിയവ ഉപേക്ഷിക്കേണ്ടതായും, സമയനിഷ്ഠ, കാര്യക്ഷമത, ഏകാഗ്രത തുടങ്ങിയ പലതും ആർജ്ജിക്കേണ്ടതായും വരാം.

എത്ര തന്നെ ദീർഘദൃഷ്ടിയോടെ ആസൂത്രണം നടത്തിയാലും വരാൻ പോകുന്ന മാറ്റങ്ങൾ പലപ്പോഴും പ്രവചനാതീതമായിരിക്കും. സമകാലീന യാഥാർത്ഥ്യങ്ങളുടെ അടിസ്ഥാനത്തിൽ ഭാവിയുടെ ഏതാണ്ടൊരു രൂപരേഖ തിരഞ്ഞെടുക്കുവാനേ കഴിയൂ. നൂറ് ശതമാനം വ്യക്തതയ്ക്കുവേണ്ടി കാത്തിരുന്നാൽ ഒരു പദ്ധതിയും നടപ്പിലാക്കാനാകില്ല. പ്രത്യേകിച്ചും അനിശ്ചിതത്വ ത്തിന്റേതായ ഈ കാലഘട്ടത്തിൽ. അപ്രതീക്ഷിതമായ മാറ്റങ്ങൾ ക്കനുസരിച്ച് പദ്ധതികളിൽ വ്യതിയാനം വരുത്തേണ്ടി വന്നേക്കാം. വഴിയുടെ അവസാനം കണ്ടെത്തി ഒരു യാത്രയും തുടങ്ങാനാവില്ലല്ലോ. വഴികൾ പലപ്പോഴും യാത്രയിൽ രൂപപ്പെട്ടുവരേണ്ടവയാണ്.

പദ്ധതികൾ ആസൂത്രണം ചെയ്താൽ മാത്രം പോരാ. അവയെ അർപ്പണബോധത്തോടെ നടപ്പാക്കുകയും വേണം. ശരിയായ രീതിയിലുള്ള

നിർവ്വഹണത്തിന്റെ അഭാവത്തിൽ ആസൂത്രണം കടലാസുകളിൽ മാത്രം അവശേഷിക്കും. കുറ്റമറ്റ നിർവ്വഹണം ലക്ഷ്യ പ്രാപ്തിക്ക് ഒഴിച്ചുകൂടാനാവാത്തതാണ്. ഇന്നത്തെ നിങ്ങളുടെ പ്രവർത്തനമാണ് നിങ്ങളുടെ നാളെകൾ എങ്ങനെയായിരിക്കണമെന്ന് നിശ്ചയിക്കുന്നത്.

ഇതുവരെ നേടാൻ പറ്റിയിട്ടില്ലാത്ത ഒരു ലക്ഷ്യമാണ് നേടേണ്ടതെങ്കിൽ ഇതുവരെ ചെയ്തതിൽനിന്ന് വ്യത്യസ്തമായി പലതും ചെയ്തേ പറ്റൂ. ഇപ്പോൾ ചെയ്യുന്നതു തന്നെ ചെയ്യുകയും വ്യത്യസ്ത മായ ഫലം പ്രതീക്ഷിക്കുകയും ചെയ്യുന്നത് തികച്ചും യുക്തി ഹീന മാണ്. ആസൂത്രണം നടപ്പിൽ വരുത്തുമ്പോൾ നിശ്ചിത ഇടവേള കളിൽ പ്രവർത്തനം വിലയിരുത്താനുള്ള ക്രമീകരണം ഉണ്ടായിരിക്കണം. നടപ്പിലാക്കുന്ന പദ്ധതികളുടെ കാലിക പ്രസക്തി നഷ്ടപ്പെട്ടിട്ടില്ലെന്ന് ഉറപ്പുവരുത്താനും, പിഴവുകൾ ഉണ്ടെങ്കിൽ തിരുത്താനും ഈ വിലയിരുത്തലുകൾ സഹായിക്കും.

ജീവിതത്തിൽ ലക്ഷ്യം കൈവരിച്ചവരെയും അവരുടെ പ്രവർത്തന ശൈലികളെയും കുറിച്ച് കൂടുതൽ അറിയുവാനും, അവ സ്വന്തം ജീവിതത്തിൽ പ്രായോഗികമാക്കുവാനും ശ്രമിക്കുക. എണ്ണമറ്റ ഗവേഷണ ഗ്രന്ഥങ്ങൾ ഈ മേഖലയിൽ ലഭ്യമാണ്. ഈ പഠനങ്ങൾ കണ്ടെത്തിയ, വിജയികളുടെ സ്വഭാവവിശേഷങ്ങളിൽ, പ്രധാനവും പ്രസക്തവുമെന്ന് തോന്നിയ ചില പൊതു ഘടകങ്ങൾ താഴെ കുറി ക്കുന്നു.

1. ഇവർ ലക്ഷ്യപ്രാപ്തിക്കായുള്ള ഒരു പ്രത്യേക വ്യവസ്ഥ (System) തന്നെ സൃഷ്ടിച്ചെടുത്തു.
2. തുടർച്ചയായ മൂല്യവർദ്ധനയിലൂടെ കാലികമായ മാറ്റങ്ങളോട് പൊരുത്തപ്പെട്ടു പോകുവാനുള്ള കഴിവ് (adaptabiltiy) വളർത്തിയെടുത്തു.
3. മറ്റുള്ളവർക്ക് പറ്റിയ തെറ്റുകളിൽ നിന്ന് പാഠങ്ങൾ ഉൾ ക്കൊണ്ടു.
4. ഇവർ കറകളഞ്ഞ ശുഭാപ്തി വിശ്വാസികളും സാധ്യതകളെപ്പറ്റി മാത്രം ചിന്തിക്കുന്നവരുമായിരുന്നു.
5. ഒരിക്കലും ഊർജ്ജസ്വലത കൈവിടാതെ സൂക്ഷിച്ച
6. പാതി മനസ്സോടെ ഒന്നും ചെയ്യാതെ എല്ലായ്പ്പോഴും കഴിവിന്റെ പരമാവധി പ്രയോജനപ്പെടുത്തി.
7. സമയം കാര്യക്ഷമമായി വിനിയോഗിക്കുന്നതിൽ ജാഗ്രത പുലർത്തി
8. ഉത്തരവാദിത്വങ്ങളിൽ നിന്ന് ഒളിച്ചോടാനോ, മുടന്തൻ ന്യായങ്ങൾക്ക് പിന്നിൽ അഭയം തേടാനോ ശ്രമിച്ചില്ല.

9. ആരോഗ്യകരമായ ആത്മഭാവം (self image) സൃഷ്ടിച്ചെടുത്തു.
10. പ്രതിസന്ധികളിൽ തളരാതെ പ്രതിബന്ധങ്ങളെ യുക്തിപൂർവ്വം നേരിട്ടു.

ലക്ഷ്യപ്രാപ്തി യാദൃച്ഛികമായി സംഭവിക്കുന്ന ഒന്നല്ല, നിരന്തരമായ പരിശ്രമങ്ങൾ കൊണ്ടുമാത്രം നേടിയെടുക്കാവുന്ന ഒന്നാണ്. കഴിവുകൾ കുറഞ്ഞ പരിശ്രമശാലികൾ അലസൻമാരായ സമർത്ഥന്മാരെ കടത്തി വെട്ടുന്ന കാഴ്ചയാണ് നാം നിത്യവും കാണുന്നത്. വിജയം നേടിയവരാരും തന്നെ അനുകൂല സാഹചര്യങ്ങൾക്കുവേണ്ടി കാത്തുനിന്നവരല്ല. അവസരങ്ങൾ തേടിപ്പിടിച്ച് പ്രയോജനപ്പെടുത്തിയവരാണ്. പരീക്ഷണങ്ങളിൽ ഒട്ടും പതറാതെ നിശ്ചയദാർഢ്യത്തോടുകൂടി മുന്നേറുന്നവരാണ് ലക്ഷ്യം കൈവരിക്കുന്നത്.

മനോഭാവം -
എല്ലാ കഴിവുകളുടെയും നേട്ടങ്ങളുടെയും ഉറവിടം

"മനോഭാവത്തിൽ മാറ്റം വരുത്തുന്നതി
ലൂടെ മനുഷ്യ ജീവിതത്തിൽ മാറ്റം
വരുത്താൻ പറ്റും എന്നുള്ളതാണ്
എന്റെ തലമുറയിൽ നടന്ന ഏറ്റവും
മഹത്തായ കണ്ടുപിടുത്തം"

- വില്ല്യം ജെയിംസ്

മനുഷ്യന്റെ വിജയപരാജയങ്ങൾ നിശ്ചയിക്കുന്ന വിവിധ ഘടകങ്ങളിൽ ഏറ്റവും പ്രധാനപ്പെട്ടതാണ് മനോഭാവം അഥവാ ആറ്റിറ്റിയൂഡ്. ഈ കാര്യത്തിൽ ജനിതക ഘടകങ്ങൾക്കും, സമൂഹ പശ്ചാത്തലത്തിനും, സാഹചര്യങ്ങൾക്കുമെല്ലാം മുകളിലാണ് മനോഭാവത്തിന്റെ സ്ഥാനം. ജീവിതത്തിൽ അസാമാന്യ വിജയം കൈവരിച്ചവർക്കിടയിൽ ഹാർവാർഡ് യൂണിവേഴ്സിറ്റി നടത്തിയ ഒരു പഠനം ഇക്കാര്യത്തിൽ ഒരു വഴികാട്ടിയാണ്. വിജയം നേടിയവ രുടെ വിജ്ഞാനവും, നൈപുണ്യവും അവർ നേടിയ വിജയത്തിൽ വഹിച്ച പങ്ക് വെറും 15 ശതമാനം മാത്രമായിരുന്നപ്പോൾ, മനോഭാവത്തിന്റെ പങ്ക് 85 ശതമാനമായിരുന്നെന്നാണ് പഠനം കണ്ടെത്തിയത്. ഈ വിജയികളെല്ലാം തന്നെ സ്വന്തം കഴിവുകളിൽ ഉറച്ച വിശ്വാസം ഉള്ളവരായിരുന്നു. ക്രിയാത്മക മനോഭാവം ഇവരുടെ യെല്ലാം തന്നെ മുഖമുദ്രയായിരുന്നു. ജീവിതത്തിന്റെ ഒട്ടാകെയുള്ള ഗതിയും താളവും ക്രമവുമെല്ലാം തന്നെ

മനോഭാവത്തിന്റെ നിയന്ത്രണത്തിലാണ് പ്രവർത്തിക്കുന്നത്. ആരും വിജയിയായി ജനിക്കുന്നില്ല. വിജയം സൃഷ്ടിക്കപ്പെടുന്നതാണ്. ഈ സൃഷ്ടിയിൽ മനോഭാവത്തിന് സുപ്രധാനമായ പങ്കാണ് വഹിക്കാനുള്ളത്.

എന്താണ് മനോഭാവം?

ചുറ്റുപാടുമുള്ള എല്ലാറ്റിനോടും എന്ത് നിലപാട് സ്വീകരിക്കണമെന്ന് നിശ്ചയിക്കുന്നത് ആ വ്യക്തിയുടെ മനോഭാവമാണ്. മുന്നോട്ടേക്കുള്ള പാത തിരഞ്ഞെടുക്കുന്നതിലും, കഴിവുകളും വിജ്ഞാനവും പുതുക്കിപണിയുന്നതിലും, വെല്ലുവിളികൾ നേരിടുന്നതിലുമെല്ലാം തന്നെ മനോഭാവം അതിനിർണ്ണായകമായ പങ്കുവഹിക്കുന്നു. ഒരു വ്യക്തിയുടെ ചിന്തയിലൂടെയും, അനുഭവങ്ങളിലൂടെയും, പ്രവർത്തനങ്ങളിലൂടെയും, ഉരുത്തിരിഞ്ഞു വരുന്ന മാനസിക ഘടനയാണ് മനോഭാവം. ചിന്തകളാണ് മനോഭാവത്തെ സ്വാധീനിക്കുകയും, രൂപപ്പെടുത്തുകയും ചെയ്യുന്ന പ്രധാന ചാലകശക്തി. സർഗ്ഗശക്തിയും, അനുഭവങ്ങളും, വളർന്നുവന്ന സാഹചര്യങ്ങളുമെല്ലാം തന്നെ ചിന്തകളെ സ്വാധീനിക്കുന്നു. ചിന്തകളെ നിയന്ത്രിക്കുവാൻ കഴിയുമ്പോൾ മനോഭാവത്തെയും നിയന്ത്രണത്തിലാക്കുവാൻ കഴിയുന്നു. ചെറുപ്പത്തിലെ മനസ്സി ലുറച്ചുപോയ പല വിശ്വാസങ്ങളും, പിൽക്കാലത്തെ മനോഭാവത്തെ വൻതോതിൽ സ്വാധീനിക്കുന്നതായി കാണുന്നു. ഞാൻ ഒന്നിനും കൊള്ളാത്തവനാണ്, എന്റെ സാഹചര്യങ്ങൾ വളർച്ചക്കനുകൂലമല്ല തുടങ്ങിയ പല നിഷേധാത്മക മനോഭാവങ്ങളും ഇതിനുദാഹരണമാണ്. ഒരുവന്റെ വളർച്ചയും തളർച്ചയും നിർണ്ണയിക്കുന്ന സുപ്രധാന ഘടകമാണ് ചിന്തയും, അതിൽനിന്നുത്ഭവിക്കുന്ന വിശ്വാസങ്ങളും, ഇവ രണ്ടും ചേർന്ന് രൂപപ്പെടുത്തുന്ന മനോഭാവവും.

പലപ്പോഴും യാഥാർത്ഥ്യങ്ങളെ മാത്രം അടിസ്ഥാനമാക്കിയല്ല ചിന്തകളും, മനോഭാവവും രൂപപ്പെടുന്നത്. സങ്കല്പങ്ങളും, കാഴ്ച പ്പാടുകളും, ആശകളും, ആശങ്കകളുമെല്ലാം തന്നെ ചിന്തകളെയും അതുവഴി മനോഭാവത്തെയും സ്വാധീനിക്കുന്നു. ഒരു ശരാശരി മനുഷ്യന്റെ മനസ്സിലൂടെ ഓരോ ദിവസവും ഏതാണ്ട് അൻപതിനായിരം ചിന്തകളെങ്കിലും കടന്നു പോകുന്നുണ്ടെന്നാണ് കണക്കാ ക്കപ്പെടുന്നത്. പഞ്ചേന്ദ്രിയങ്ങളിലൂടെ ലഭിക്കുന്ന മുഴുവൻ വിവരങ്ങളും മനസ്സ് അതേപടി സ്വീകരിക്കുന്നില്ല. ഈ വിവരങ്ങൾ മനസ്സ് മുൻപേ സൃഷ്ടിച്ചെടുത്തു കഴിഞ്ഞ വിശ്വാസങ്ങളും, മുൻവിധികളും നൽകുന്ന ധാരണകളുടെ അടിസ്ഥാനത്തിൽ വിശകലനം ചെയ്തതിനുശേഷം മാത്രമെ സ്വീകരിക്കൂ. ഈ വിശകലന പ്രക്രിയയുടെ അന്തിമ ഉത്പാദനമാണ് മനോഭാവം.

മനോഭാവത്തിന്റെ പ്രാധാന്യം:

മിക്ക വിജയങ്ങളുടെയും, പരാജയങ്ങളുടെയും ഉറവിടം മനോഭാവമായിരിക്കും. മനോഭാവത്തിൽ നിന്നാണ് ഒരാളുടെ ഭൗതികവും, വൈകാരികവുമായ കഴിവുകളും, കാര്യക്ഷമതയുമെല്ലാം രൂപംകൊള്ളുന്നത്. ഗുണാത്മകമായ മനോഭാവം നേട്ടങ്ങളിലേക്ക് നയിക്കുമ്പോൾ, നിഷേധാത്മക മനോഭാവം വളർച്ചയെ പിറകോട്ടു വലിക്കുന്നു. ഏത് വിജയത്തിനു പിന്നിലും മൂന്ന് ഘടകങ്ങൾ ഉണ്ടായിരിക്കും. ഒന്ന്, വിജ്ഞാനം, രണ്ട് വിജ്ഞാനം പ്രയോഗക്ഷമമാക്കാനുള്ള നൈപുണ്യം, മൂന്ന് ക്രിയാത്മക മനോഭാവം. വിജ്ഞാനവും നൈപുണ്യവും എത്ര തന്നെ നേടിയാലും അവ ജീവിതത്തിൽ പ്രയോജനപ്പെടണമെങ്കിൽ ശരിയായ മനോഭാവവും കൂടി ഉണ്ടായിരിക്കണം. സ്വന്തം അറിവും കഴിവും തിരിച്ചറിഞ്ഞ് അവയെ ബാഹ്യപരിസ്ഥിതികൾക്കനുയോജ്യമായ വിധത്തിൽ പ്രയോജന പ്പെടുത്തുന്നതിൽ മനോഭാവം സുപ്രധാന പങ്കുവഹിക്കുന്നു.

ഭൗതികമായ സാഹചര്യങ്ങളെക്കാൾ മനസ്സിൽ ഉറച്ചുപോയ വിശ്വാസങ്ങളും, മുൻവിധികളുമെല്ലാമാണ് വിജയത്തിലേക്കുള്ള പ്രയാണങ്ങളെ ദുഷ്കരമാക്കി തീർക്കുന്നത്. ഉദാഹരണത്തിന് എവറസ്റ്റ് കൊടുമുടി കീഴടക്കുക എന്നത് മനുഷ്യ സാധ്യമല്ലാത്ത ഒരു ദൗത്യമായാണ് എല്ലാവരും കരുതിയിരുന്നത്. എന്നാൽ 1953ൽ ഈ മുൻവിധികളെയെല്ലാം തട്ടിത്തെറിഞ്ഞുകൊണ്ട് എഡ്മണ്ട് ഹില്ലാരി കൊടുമുടി കീഴടക്കി ചരിത്രം തിരുത്തിക്കുറിച്ചു. ഇതിനു ശേഷം എത്രയോ പേർ ഈ ഉദ്യമത്തിൽ വിജയിക്കുകയുണ്ടായി. വിജയികളിൽ 13 വയസ്സുള്ള കൗമാരക്കാരനും, കണ്ണിനു കാഴ്ച യില്ലാത്ത വ്യക്തിയും, എഴുപതുവയസ്സുള്ള മുതിർന്ന പൗരനും എല്ലാം ഉൾപ്പെടുന്നു. ഹില്ലാരിയുടെ വിജയം മറ്റുള്ളവരുടെ മനോഭാവത്തിൽ വരുത്തിയ മാറ്റങ്ങളാണ് ഈ വിജയം സാദ്ധ്യമാക്കിയത്. മനുഷ്യ മനസ്സിൽ സൃഷ്ടിക്കപ്പെടുന്ന മതിൽക്കെട്ടുകളാണ് യഥാർത്ഥ ഭൗതിക സാഹചര്യങ്ങളെക്കാൾ കൂടുതലായി വിജയത്തെ സ്വാധീനിക്കുന്നത് എന്ന് ഈ ഉദാഹരണത്തിൽ നിന്നും വ്യക്തമാണല്ലോ.

പ്രതികൂല സാഹചര്യങ്ങളെയും അത് സൃഷ്ടിക്കുന്ന വെല്ലുവിളികളെയുമെല്ലാം ധൈര്യപൂർവ്വം നേരിടാനും, കൃത്യനിർവഹണത്തിന് വേണ്ട ശേഷികൾ സ്വായത്തമാക്കുവാനും സങ്കുചിത ചിന്തകളിൽ നിന്ന് മോചനം നേടി വ്യക്തിബന്ധങ്ങൾ സൃഷ്ടിക്കുവാനും എല്ലാം വേണ്ട കരുത്ത് മനോഭാവത്തിൽ നിന്നാണ് ഉരുത്തിരിയുന്നത്. ചിന്തകൾ മാറുമ്പോൾ മനോഭാവം മാറുന്നു. മനോഭാവം മാറുമ്പോൾ മനുഷ്യനും മാറുന്നു. ഉന്നതലക്ഷ്യങ്ങളുടെ സാക്ഷാത്ക്കാരത്തിലും, ജീവിത വിജയം

കൈവരിക്കുന്നതിലുമെല്ലാം മനോഭാവം സുപ്രധാന പങ്ക് വഹിക്കുന്നു. മറ്റുള്ളവർ എന്ത് പറയുന്നുവെന്നോ എന്തു ചെയ്യുന്നുവോ എന്നുള്ളത് നമ്മുടെ നിയന്ത്രണത്തിലുള്ള കാര്യമല്ല. പക്ഷേ അവർ പറയുന്നതും, ചെയ്യുന്നതും എങ്ങനെ വ്യാഖ്യാനിക്കണമെന്നുള്ളത് നമ്മുടെ മനോഭാവത്തെ ആസ്പദിച്ചാണിരിക്കുന്നത്.

മനോഭാവം മാറ്റിയെടുക്കാനുള്ള മാർഗങ്ങൾ:

മനോഭാവത്തിൽ മാറ്റം വരുത്തുക എന്നത് നിഷ്പ്രയാസം സാധിക്കുന്ന ഒന്നല്ല. അതുകൊണ്ടുതന്നെയാവണം ലോകത്തുള്ള എല്ലാറ്റിനെയും മാറ്റിമറിക്കണമെന്നാഗ്രഹിക്കുമ്പോഴും, സ്വന്തമനോഭാവം മാറ്റുന്നതിനെപ്പറ്റി അധികമാരും ചിന്തിക്കാത്തത്. നേടിയ അറിവിലും കഴിവിലും മാറ്റം വരുത്തുന്നതിനെക്കാൾ പ്രയാസം സൃഷ്ടിക്കുന്ന പ്രക്രിയയാണ് മനോഭാവത്തിൽ മാറ്റം വരുത്തുക എന്നത്. വർഷങ്ങളായി മനസ്സിൽ വേരുറച്ചുപോയ വിശ്വാസങ്ങളും, ചിന്തകളും, കാഴ്ചപ്പാടുകളുമാണ് ഒരു വ്യക്തിയുടെ മനോഭാവത്തെ രൂപപ്പെടുത്തിയെടുക്കുന്നത്. ഇതിനെ ഒരു സുപ്രഭാതത്തിൽ മാറ്റിയെടുക്കുക എന്നത് എളുപ്പമല്ല. ഈ പ്രക്രിയ തികച്ചും വ്യക്തി കേന്ദ്രീകൃതമാണ്. ഇതിൽ ബാഹ്യ ശക്തികൾക്ക് വലിയ പങ്കുവഹിക്കാനില്ല. ഇത് ഒരു ഒറ്റരാത്രികൊണ്ട് നേടിയെടുക്കാവുന്നതുമല്ല.

മനോഭാവത്തിൽ മാറ്റം വരുത്താൻ എന്തെല്ലാം ചെയ്യണമെന്ന് പരിശോധിക്കാം.

1. സ്വയം മാറണമെന്നുള്ള ശക്തമായ ആഗ്രഹവും ഈ ആഗ്രഹം നേടിയെടുക്കാനുള്ള ആത്മാർത്ഥ ശ്രമങ്ങളും ഉണ്ടായിരിക്കണം. ക്ഷമയോടും ചിട്ടയോടും കൂടിയ നിരന്തര പരിശ്രമ ങ്ങളിലൂടെ മാത്രമേ ഇത് സാധ്യമാകൂ.
2. സ്വന്തം മനസ്സിന്റെ ശക്തിയും, ദൗർബല്യവും തിരിച്ചറിഞ്ഞ് ഏത് ശക്തിപ്പെടുത്തണമെന്നും ഏത് പരിഹരിക്കണമെന്നും തീർച്ചപ്പെടുത്തി അതിനുള്ള തുടർ നടപടികൾ സ്വീകരിക്കുക.
3. മനോഭാവത്തിന്റെ ഗുണാത്മക മാറ്റത്തിന് തടസ്സം നില്ക്കുന്ന ഘടകങ്ങളെ കണ്ടെത്തി അവയെ എങ്ങനെ തരണം ചെയ്യാനാകുമെന്ന് തീരുമാനിക്കുക. എല്ലാറ്റിന്റെയും ദോഷവശങ്ങൾ മാത്രം കാണുക, എന്തിനും ഏതിനും ബാലിശമായ ഒഴികഴിവുകൾ കണ്ടെത്തുക തുടങ്ങിയ പ്രവണതകൾ ഇത്തരം തടസ്സങ്ങൾക്കുദാഹരണങ്ങളാണ്.
4. നിഷേധാത്മക മനോഭാവം പുലർത്തുന്ന വ്യക്തികളിൽനിന്നും കൂട്ടുകെട്ടുകളിൽ നിന്നും മാറിനിൽക്കുക. നിഷേധാത്മക സ്വഭാവം

പകർച്ചവ്യാധികളെക്കാൾ കൂടുതൽ വ്യാപനശേഷിയുള്ളതാണെന്ന കാര്യം മറക്കാതിരിക്കുക.

5. സ്വന്തം വളർച്ചയെ യാതൊരുവിധത്തിലും സഹായിക്കാത്ത ചിന്തകളെ അകറ്റിനിർത്തുകയും, സഹായിക്കുന്നവയെ മാത്രം ഉൾക്കൊള്ളുകയും ചെയ്യുക. ഇത് ഗുണാത്മക മനോഭാവം സൃഷ്ടിക്കും. കൂടുതൽ ഊർജം നൽകും.
6. മനോഭാവം രൂപപ്പെടുത്തുന്നതിൽ വാക്കുകൾക്കും, ഭാഷാ പ്രയോഗങ്ങൾക്കും വലിയ പങ്കുണ്ട്. ആവേശം കെടുത്തി ക്കളയുന്ന പദപ്രയോഗങ്ങൾ ഒഴിവാക്കുക. ഉദാഹരണത്തിന് എനിക്ക് ഡ്രൈവ് ചെയ്യാൻ കഴിയില്ല എന്നതിന് പകരം ഡ്രൈവിങ്ങ് പഠിച്ചിട്ടില്ല എന്ന് പറയുക. ഞാൻ പരാജയപ്പെട്ടു എന്ന് ചിന്തിക്കുന്നതിനു പകരം എന്റെ ശ്രമങ്ങൾ പരാജയപ്പെട്ടു എന്ന് ചിന്തിക്കുകയും പറയുകയും ചെയ്യുക.
7. മനോഭാവ മാറ്റത്തിന് സഹായിക്കുവാനുതകുന്ന മാർഗ്ഗദർശികളെ കണ്ടെത്തുകയും, അവരുടെ സഹായം ഉപയോഗ പ്പെടുത്തുകയും ചെയ്യുക. ജീവിതത്തിന്റെ വിവിധ മേഖല കളിലൂടെ സഞ്ചരിച്ച് പ്രായോഗിക ജ്ഞാനം നേടിയവരെയാണ് മാർഗ്ഗദർശികളായി തിരഞ്ഞെടുക്കേണ്ടത്.

ജീവിതത്തിൽ ഇതു വരെയും നമ്മെ മുന്നോട്ടു നയിച്ച ചിന്തകളും, പെരുമാറ്റരീതികളും, ഭാവിയിലും അതേപോലെ നയിച്ചു കൊള്ളണമെന്നില്ല. എല്ലാം മാറിമറിയുമ്പോഴും നമ്മുടെ ചിന്താരീതികളിൽ മാത്രം മാറ്റം വരാതിരിക്കുന്നത് വളർച്ച മുരടിപ്പിന് കാരണമാകും. എല്ലാ മാറ്റങ്ങളുടെയും അടിത്തറ മനോഭാവ മാറ്റത്തിലാണ് സ്ഥിതിചെയ്യുന്നത്.

മനോഭാവ മാറ്റത്തിലൂടെ ലഭ്യമാകുന്ന പ്രയോജനങ്ങൾ:

ഒരു വ്യക്തിയുടെ സ്വഭാവം, പെരുമാറ്റം, സമൂഹത്തോടുള്ള പ്രതികരണം എന്നിവയെല്ലാം ആ വ്യക്തിയുടെ മനോഭാവത്തിൽ നിന്നാണ് ഉരുത്തിരിയുന്നത്. മനോഭാവം മാറുന്നതോടുകൂടി ഇവയിലെല്ലാംതന്നെ കാതലായ മാറ്റങ്ങൾ സംഭവിക്കുന്നു. അബോധ മനസ്സിൽ ഉറച്ചുപോയ പല ധാരണകളും മാറ്റുമ്പോഴാണ് മനോഭാവത്തിൽ മാറ്റങ്ങൾ സംഭവിക്കുന്നത്. ഇത്തരം ധാരണകൾ മാറ്റിയെടുക്കുന്നതിലൂടെ ഈ ധാരണകൾ മൂലം സൃഷ്ടിക്കപ്പെട്ട പല മിഥ്യാധാരണകളെയും മാറ്റിയെടുക്കുവാൻ കഴിയുന്നു. അമിതമായ ഉൽകണ്ഠ, അതിർകടന്ന കുറ്റബോധം, ആത്മവിശ്വാസത്തിന്റെ അഭാവം തുടങ്ങിയ ദൗർബല്യങ്ങൾ ഇതിനുദാഹരണങ്ങളാണ്.

മനോഭാവ മാറ്റങ്ങളിലൂടെ കൈവരിക്കുവാൻ കഴിയുന്ന മുഖ്യ പ്രയോജനങ്ങൾ ഇവയെല്ലാമാണ്:

1. മനോഭാവമാണ് മനുഷ്യമസ്തിഷ്കത്തിന്റെ ഓപ്പറേറ്റിങ് സിസ്റ്റം. ഗുണാത്മക മാറ്റങ്ങളിലൂടെ ഓപ്പറേറ്റിങ്ങ് സിസ്റ്റത്തിന്റെ മികവ് വർദ്ധിക്കുമ്പോൾ, സ്വാഭാവികമായും മസ്തിഷ്കത്തിന്റെ പ്രവർത്തനവും മെച്ചപ്പെടുന്നു.
2. ആത്മവിശ്വാസം വർദ്ധിപ്പിക്കുവാൻ സഹായിക്കുന്നു. ആത്മവിശ്വാസം വർദ്ധിക്കുമ്പോൾ നേതൃപാടവം, ആശയവിനിമയ ശേഷി തുടങ്ങിയ കഴിവുകളും വികസിക്കുന്നു.
3. ജനിതകഘടകങ്ങളിലുള്ള അമിതവിശ്വാസം ഇല്ലാതാകുന്നു. ഇതിലൂടെ വളർച്ചയെ ബാധിക്കുന്ന പല പ്രതിബന്ധങ്ങളെയും തരണം ചെയ്യാനും, സ്വയം സൃഷ്ടിച്ച പരിമിതികളെ മറികടക്കുവാനും കഴിയുന്നു.
4. മാറുന്ന പരിതസ്ഥിതികൾക്കനുസരിച്ച് സ്വന്തം കഴിവുകൾ കാലോചിതമായി വികസിപ്പിക്കുവാനും, ദൗർബല്യങ്ങൾ പരിഹരിക്കുവാനുമുള്ള മാനസികാവസ്ഥ സൃഷ്ടിക്കപ്പെടുന്നു.
5. ഇത് ജീവിതത്തിൽ മുന്നേറുവാനുള്ള കഴിവ് വർദ്ധിപ്പിക്കുകയും, അപഥസഞ്ചാരങ്ങൾക്ക് കടിഞ്ഞാണിടുകയും ചെയ്യുന്നു.

ചുരുക്കിപ്പറഞ്ഞാൽ മനോഭാവത്തിൽ ക്രിയാത്മക മാറ്റങ്ങൾ വരുത്തുന്നതിലൂടെ ഒരു പുതിയ നിങ്ങളെ തന്നെ സൃഷ്ടിച്ചെടുക്കുവാൻ കഴിയുന്നു. പലപ്പോഴും വളർച്ചയെ തടസ്സപ്പെട്ടു ത്തുന്നത് അറിവിന്റെ അഭാവമൊ, കഴിവുകളുടെ അപര്യാപ്തതയൊ അല്ല, മറിച്ച് മനസ്സിൽ സൃഷ്ടിക്കപ്പെട്ട പല മിഥ്യാധാരണകളും, മുൻവിധികളുമായിരിക്കാം. മനോഭാവത്തിൽ വ്യതിയാനം വരുത്തുന്നതിലൂടെ ഈ കുറവുകൾ പരിഹരിക്കുവാനും, കഴിവിന്റെ കൊടിമുടികൾ കൈയടക്കാനും കഴിയുന്നു. ഒരു വ്യക്തിയുടെ ഓരോ കാൽവെപ്പിന്റെയും വേഗത കൂട്ടുന്ന ചാലക ശക്തിയാണ് മനോഭാവം. സ്വന്തം മനോഭാവത്തെ നിയന്ത്രിക്കാൻ കഴിവില്ലാത്തവർക്ക് മറ്റൊന്നിനെയും നിയന്ത്രിക്കുവാൻ കഴിയുകയില്ല.

വ്യത്യസ്തരാകാം വിജയിക്കാം - പേഴ്സണൽ ബ്രാൻഡിംഗിലൂടെ

"ജീവിതം എന്നത് നിങ്ങളെ കണ്ടെത്തുക
എന്നുള്ളതല്ല, നിങ്ങളെ സൃഷ്ടിക്കുക
എന്നതാണ്"

- ബർണാഡ്ഷാ

ആൾക്കൂട്ടത്തിൽ നിന്നും വ്യത്യസ്തമായി തനതായ സവിശേഷതകൾ പ്രകടിപ്പിക്കുന്നവരാണ് എവിടെയും ശ്രദ്ധിക്കപ്പെടുന്നത്. ഇക്കാര്യത്തിൽ തൊഴിൽ വിപണിയും ഭിന്നമല്ല. മറ്റേതൊരു ഉദ്യോഗാർത്ഥിക്കും നൽകാൻ കഴിയുന്നതിൽ നിന്നും വ്യത്യസ്തമായ മൂല്യം തൊഴിൽദായകന് നൽകാൻ പറ്റും എന്ന് ബോദ്ധ്യപ്പെടുത്താൻ കഴിയുന്ന ഉദ്യോഗാർത്ഥിയാണ് തിരഞ്ഞെടുക്കപ്പെടുന്നത്. നിങ്ങളുടെ ഏറ്റവും നല്ല പതിപ്പായി സമൂഹത്തിനു മുൻപിൽ അവതരിപ്പിക്കുന്നതിന്റെ പൂർണ്ണ ഉത്തരവാദിത്വം നിങ്ങൾക്ക് തന്നെയാണ്. ഇവിടെയാണ് പേഴ്സണൽ ബ്രാൻഡിന്റെ പ്രസക്തി.

എന്താണ് പേഴ്സണൽ ബ്രാൻഡിംഗ്?

1937ൽ നെപ്പോളിയൻ ഹിൽ അദ്ദേഹത്തിന്റെ കൃതിയിൽ പേഴ്സണൽ ബ്രാൻഡിംഗ് എന്ന പദം ആദ്യമായി ഉപയോഗിച്ചുവെങ്കിലും അന്നത്തെ സാഹചര്യത്തിൽ അതിനു വലിയ പ്രാധാന്യമൊന്നും ലഭിച്ചില്ല. പിന്നീട് 1997ൽ ഫാസ്റ്റ് കമ്പനി എന്ന മാസികയിൽ പ്രശസ്ത മാനേജ്മെന്റ് വിദഗ്ധൻ ടോം പീറ്റർ എഴുതിയ ദി ബ്രാൻഡ് കാൾഡ് യു എന്ന ലേഖനമാണ് ഈ ആശയത്തെ ലോകശ്രദ്ധയിൽ കൊണ്ടുവന്നത്.

യുക്തിപരവും, വൈകാരികവുമായ ഒരു വിശിഷ്ട സംയോഗമാണ് ഒരു വ്യക്തിയെ മറ്റുള്ളവരിൽനിന്നും വ്യത്യസ്തനാക്കുന്നത്. ഈ വ്യത്യസ്തതയ്ക്കു വേണ്ടി സ്വന്തം വ്യക്തിത്വത്തെ നവീകരിച്ചെടുക്കുന്ന പ്രക്രിയയാണ് പേഴ്സണൽ ബ്രാൻഡിംഗ്. തന്റെ സവിശേഷമായ കഴിവുകളും, അവയ്ക്ക് സമൂഹം കൽപ്പിക്കുന്ന വിലയും തിരിച്ചറിഞ്ഞ് അവയുടെ മൂല്യം വർദ്ധിപ്പിക്കുക എന്നുള്ള താണ് പേഴ്സണൽ ബ്രാൻഡിഗിന്റെ ലക്ഷ്യം. സ്വന്തം വ്യക്തിത്വവും, വിശ്വസനീയതയും, നൈപുണ്യങ്ങളുമെല്ലാം കൂടിച്ചേർന്നതാണ് ഒരു വ്യക്തിയുടെ പേഴ്സണൽ ബ്രാൻഡ്. ഒരിക്കലും പരാജയപ്പെടാത്തതും വിപണിക്ക് അവഗണിക്കുവാൻ പറ്റാത്തതുമായ ഒരു ബ്രാൻഡ് കെട്ടിപ്പടുക്കുകയും അതിനെ അൽപ്പം നാടകീയതയോടു കൂടി തന്നെ വിപണിയിൽ അവതരിപ്പിക്കപ്പെടുകയും ചെയ്യു മ്പോഴാണ് ഒരു ഉൽപ്പന്നം വിജയിക്കുന്നത്. വ്യക്തി ബ്രാൻഡായി മാറുമ്പോഴും ഇതു തന്നെയാണ് വിജയത്തിന്റെ സമവാക്യം. പലപ്പോഴും താഴെ കാണിച്ച രണ്ട് ചോദ്യങ്ങൾക്കുള്ള ഉത്തരമായി രിക്കും നിങ്ങളുടെ പേഴ്സണൽ ബ്രാൻഡ്.

1. എന്താണ് നിങ്ങളെ മറ്റുള്ളവരിൽ നിന്നും വ്യത്യസ്തനാക്കുന്നത്? (സമാനതകളില്ലാത്ത അപൂർവ്വവും വിശിഷ്ടവുമായ വ്യത്യസ്തതകൾ ആണ് വേഗത്തിൽ ശ്രദ്ധിക്കപ്പെടുന്നത്).
2. ഈ വ്യത്യസ്തതയെ എത്രത്തോളം ഫലപ്രദമായി ആവിഷ്കരിക്കുകയും പ്രകടിപ്പിക്കുകയും ചെയ്യുന്നു. ഈ വ്യത്യസ്തതയുടെ മേന്മ നിരന്തരം വർദ്ധിപ്പിക്കുന്നതിനായി നിങ്ങൾ എന്തെല്ലാം ചെയ്യുന്നു?

ലോകത്തെ ഏറ്റവും വലിയ റീട്ടെയിൽ സ്ഥാപനമായ ആമസോൺ ഡോട്ട് കോമിന്റെ സ്ഥാപകൻ ജെഫ് ബെസോസ് പേഴ്സണൽ ബ്രാൻഡിംഗിനെക്കുറിച്ച് പറഞ്ഞതിങ്ങനെയാണ്. നിങ്ങൾ സമീപത്തില്ലാത്തപ്പോൾ മറ്റുള്ളവർ നിങ്ങളെക്കുറിച്ച് എന്തു പറയുന്നുവോ അതായിരിക്കും നിങ്ങളുടെ ബ്രാൻഡ്.

പേഴ്സണൽ ബ്രാൻഡിംഗിന്റെ ആവശ്യകത

അതീവ ചലനാത്മകവും മത്സരാധിഷ്ഠിതവുമായ ഇന്നത്തെ തൊഴിൽ വിപണിയിൽ വിജയിക്കുവാൻ കാര്യക്ഷമതയോ, കഠിനാദ്ധ്വാനമോ മാത്രം പോരാ. പുത്തൻ വെല്ലുവിളികൾ നേരിടുവാൻ പരിവർത്തനാത്മകമായ വ്യക്തിത്വം കൂടിയേ കഴിയൂ. വ്യക്തിത്വത്തെ നിരന്തരം നവീകരിക്കുന്നതിലൂടെ മാത്രമേ ആധുനിക വെല്ലുവിളികളെ അതിജീവിക്കുവാൻ കഴിയൂ. കോവിഡ് സൃഷ്ടിച്ച മാറ്റങ്ങളുടെ മഹാപ്രളയത്തിൽ സ്വയം നഷ്ടപ്പെട്ടു പോകാതിരിക്കാനുള്ള ഒരു ജീവൻ രക്ഷാമാർഗ്ഗമാണ്

പേഴ്സണൽ ബ്രാൻഡ് എന്ന് പറയാം. നിങ്ങളുടെ ഏറ്റവും വലിയ സമ്പത്ത് നിങ്ങൾ തന്നെയാണ്. അതിന്റെ മൂല്യം തുടർച്ചയായി വർദ്ധിപ്പിച്ചുകൊണ്ടിരിക്കുക എന്നത് നിങ്ങളുടെ തന്നെ ചുമതലയുമാണ്. ഈ ചുമതലയുടെ നിർവഹണമാണ് പേഴ്സണൽ ബ്രാൻഡിങ്ങിലൂടെ നിങ്ങൾ കൈവരിക്കുന്നത്.

മികച്ച പേഴ്സണൽ ബ്രാൻഡ് എങ്ങനെ രൂപപ്പെടുത്താം

ഒരു ശാസ്ത്രം എന്നതിലുപരി പേഴ്സണൽ ബ്രാൻഡിംഗ് ഒരു കല യാണ്. അതിന് കർശനമായ നിയമങ്ങളോ നിയന്ത്രണങ്ങളോ ഒന്നുമില്ല. ഒന്നാമതായി ചെയ്യേണ്ടത് വസ്തുനിഷ്ഠമായ ഒരു വിശകലനത്തിലൂടെ നിങ്ങളെ മറ്റുള്ളവരിൽനിന്നും വ്യത്യസ്തമാക്കുന്ന കഴിവുകളും, സവിശേഷതകളും എന്തെല്ലാമാണെന്ന് കണ്ടുപിടിക്കുക.

രണ്ടാമതായി, ഈ വ്യത്യസ്തതകളെ കൃത്യമായി നിർവ്വചിക്കുകയും അതുപയോഗിച്ച് എങ്ങനെയെല്ലാം നിങ്ങളുടെ വിപണിമൂല്യം വർദ്ധിപ്പിക്കുവാൻ കഴിയുമെന്നും തിരിച്ചറിയുക.

മൂന്നാമതായി ഈ മൂല്യങ്ങളെ വിപണിക്കനുസൃതമായ രീതിയിൽ വികസിപ്പിക്കുവാനായി വ്യക്തമായ ഒരു പദ്ധതി ആസൂത്രണം ചെയ്യുകയും നടപ്പിൽ വരുത്തുകയും ചെയ്യുക.

ഇങ്ങനെ ചെയ്യുമ്പോൾ കുറവുകൾ ഒളിപ്പിക്കുന്നതിനേക്കാൾ കൂടുതൽ പ്രാധാന്യം കഴിവുകളെ പരിപോഷിപ്പിക്കുന്നതിനാണ് നൽകേണ്ടത്. കഴിവുകൾക്ക് കഥ പറയാനുണ്ടെങ്കിൽ കഴിവ് കേടുകൾ പലപ്പോഴും ശ്രദ്ധിക്കപ്പെടാറില്ല എന്നുള്ളതാണ് വസ്തുത. ബ്രാൻഡ് സൃഷ്ടിച്ചാൽ മാത്രം പോരാ, സൃഷ്ടിച്ചെടുത്ത ബ്രാൻഡിനെ സന്ദർഭോചിതമായി വേണ്ട രീതിയിൽ അവതരിപ്പിക്കുകയും വേണം. എങ്കിൽ മാത്രമേ ബ്രാൻഡിന്റെ മൂല്യം ശരിയായ രീതിയിൽ ശ്രദ്ധിക്കപ്പെടൂ.

ഏത് ബ്രാൻഡിംഗും വിപണി കേന്ദ്രീകരിച്ചായിരിക്കണം നടത്തുന്നത്. കരിയറിനെ സംബന്ധിച്ചിടത്തോളം തൊഴിൽദായകർ, മേലുദ്യോഗസ്ഥർ തുടങ്ങിയവരായിരിക്കും നിങ്ങൾ ഉന്നംവെക്കുന്ന ഉപഭോക്താക്കൾ. ഇവരിൽ നിന്ന് എന്ത് പ്രതികരണമാണ് പ്രതീക്ഷിക്കുന്നത് എന്നതിനനുസരിച്ചായിരിക്കണം ബ്രാൻഡ് രൂപപ്പെടുത്തേണ്ടത്. ഇതിനായി വിപണിയുടെ സ്പന്ദനങ്ങൾക്ക് ശ്രദ്ധാപൂർവ്വം കാതോർത്തു കൊണ്ടേയിരിക്കണം.

വ്യത്യസ്തത പുലർത്തുവാനുള്ള ഫലപ്രദമായ മാർഗ്ഗം എന്ന നിലയ്ക്ക് ആധുനിക ലോകത്ത് പേഴ്സണൽ ബ്രാൻഡിംഗിന്റെ പ്രസക്തി നാൾതോറും വർദ്ധിച്ചുകൊണ്ടിരിക്കുന്നു. പേഴ്സണൽ ബ്രാൻഡിംഗ്

ഇന്ന് പല വൻകിട കമ്പനികളുടെയും പരിശീലന പദ്ധതികളുടെ ഒരു അവിഭാജ്യ ഘടകമായി തീർന്നിരിക്കുന്നു. മൈക്രോസോഫ്റ്റ്, ജെ.പി. മോർഗൻ, ബ്രിട്ടീഷ് ടെലികമ്മ്യൂണിക്കേഷൻ തുടങ്ങിയവ ഏതാനും ചില ഉദാഹരണങ്ങൾ മാത്രം.

ഇത് ബ്രാൻഡിംഗിന്റെ യുഗമാണ്. കാലത്തിന്റെ കുത്തൊഴുക്കിൽ കാലഹരണപ്പെട്ടു പോകാതിരിക്കുവാൻ പേഴ്സണൽ ബ്രാൻഡിംഗ് കൂടിയേ തീരൂ. ഉൽപ്പന്നങ്ങളെ പോലെതന്നെ വ്യക്തികളുടെ കാര്യത്തിലും വിപണിയിലെ സ്വീകാര്യത നിർണ്ണയിക്കുന്നത് ബ്രാൻഡുകളാണ്. കോവിഡ് സൃഷ്ടിച്ച കടുത്ത കിടമത്സര ങ്ങൾക്കിടയിൽ പിടിച്ചുനിൽക്കാനും, നിങ്ങളെ മികവിന്റെ പാരമ്യത്തിൽ എത്തിക്കുവാനും, ജീവിതത്തെത്തന്നെ വേറൊരു തലത്തിലേക്ക് എത്തിക്കുവാനും പേഴ്സണൽ ബ്രാൻഡിംഗിന് കഴിയും.

വ്യക്തിഗത വികസനം - കഴിവുകൾ കാലഹരണപ്പെട്ടു പോകാതിരിക്കുവാൻ

"മനുഷ്യജന്മം സ്വതന്ത്രമാണ്. മനുഷ്യൻ ജന്മമെടുത്തത് സമൂഹത്തിന്റെ വികസനത്തിനുവേണ്ടി മാത്രമല്ല, അവന്റെ സ്വയം വികസനത്തിനും കൂടിയാണ്"

- ബി.ആർ. അംബേദ്കർ

പ്രായം കൂടിക്കൊണ്ടിരിക്കുന്നതുകൊണ്ട് മാത്രം ഒരു വ്യക്തി വളർന്നു എന്നർത്ഥമില്ല. വളർച്ച സ്വയം സംഭവിക്കുന്നതല്ല. വളർച്ച കൈവരിക്കുവാൻ പരിശ്രമങ്ങൾ കൂടിയേതീരൂ. സാഹചര്യങ്ങളുടെ സൃഷ്ടിയായി മാത്രം വ്യക്തിവികാസം സംഭവിക്കുന്നില്ല. ഭാഗ്യം അവിചാരിതമായി കടന്നുവരുന്ന ഒന്നല്ല. അത് സ്വയം സൃഷ്ടിച്ചെടുക്കേണ്ടിയിരിക്കുന്നു. ഒരു വ്യക്തിയുടെ വളർച്ചയുടെയും തളർച്ചയുടെയും ഉത്തരവാദിത്വം ആ വ്യക്തിയുടെ കൈകളിൽ തന്നെയാണ് നിക്ഷിപ്തമായിരിക്കുന്നത്. ബാഹ്യശക്തികൾക്ക് അതിൽ വലിയ പങ്കൊന്നുമില്ല. സമൂഹത്തിൽ സ്വന്തം പ്രസക്തി നഷ്ടപ്പെടാതെ സൂക്ഷിക്കുക എന്നത് അതാത് വ്യക്തിയുടെ മാത്രം ആവശ്യവും ചുമതലയുമാണ്. ജീവിതത്തിലെ നിർണ്ണായകമായ ഓരോ വഴിത്തിരിവിലും ഏത് വഴി സ്വീകരിക്കണമെന്ന് സ്വയം തീരുമാനിക്കേണ്ടിയിരിക്കുന്നു. വഴിത്തിരിവുകൾ മാറുമ്പോൾ, മാറ്റങ്ങളുടെ കുത്തൊഴുക്കിൽ സ്വയം കാലഹരണപ്പെട്ടു പോകാതി രിക്കുവാൻ കാലാനുസൃതമായ നവീകരണം കൂടിയേ കഴിയൂ.

ഇതിന് വ്യക്തിഗത വികസനം അത്യന്താപേക്ഷിതമാണ്. പ്രശ്ന കലുഷിതമായ സമകാലിക സാഹചര്യങ്ങളിൽ ഇതിന്റെ പ്രാധാന്യം വർദ്ധിക്കുകയും ചെയ്യുന്നു.

എന്താണ് വ്യക്തിഗത വികസനം

ജീവിതത്തിന്റെ ഗുണനിലവാരം ഉയർത്തുക എന്ന ലക്ഷ്യത്തോടെ വ്യക്തിത്വത്തിന്റെ വിവിധ വശങ്ങൾ കെട്ടിപ്പടുക്കുകയും, പൂർവ്വാ ധികം ശക്തിപ്പെടുത്തുകയും ചെയ്യുന്ന പ്രക്രിയയാണ് വ്യക്തിഗത വികസനം (Self Development). വിജയത്തിന്റെ തോതും വേഗവും വർദ്ധിപ്പിക്കുക എന്ന പ്രത്യേക ലക്ഷ്യത്തിലേക്കുള്ള പ്രയാണമാണ് ഇത്. ഉയർന്ന ഊർജ്ജസ്വലതയോടെ വിജ്ഞാനവും പ്രയത്നവും ഈ പ്രക്രിയയിൽ നിക്ഷേപിക്കപ്പെടുമ്പോഴാണ് വികസനം സാദ്ധ്യ മാകുന്നത്. വളർച്ച യുടെ പൂർണ്ണ ഉത്തരവാദിത്വമേറ്റെടുത്ത് ആത്മാർത്ഥമായ സ്വയം നവീകരണത്തിലൂടെയും, നിരന്തരവും, നിഷ്പക്ഷ വുമായ വിലയിരുത്ത ലുകളിലൂടെയും നിർദ്ദിഷ്ട ലക്ഷ്യത്തിലെത്തിച്ചേരാനുള്ള ഒരു നിർമ്മാണ പ്രക്രിയയാണ് വ്യക്തിഗത വികസനം.

തുടർച്ചയായ നവീകരണത്തിലൂടെയാണ് വ്യക്തിഗത വികസനം സാദ്ധ്യമാകുന്നത്.

വ്യക്തിഗത വികസനത്തിന്റെ ആവശ്യകത

1. വ്യക്തിഗത വികസനത്തിലൂടെ തൊഴിൽക്ഷമത വർദ്ധിക്കുന്നു. ഇത് വ്യക്തിയുടെ വിപണിമൂല്യം വർദ്ധിപ്പിക്കുകയും കൂടുതൽ ജോലി സുരക്ഷിതത്വം നേടാൻ സഹായിക്കുകയും ചെയ്യുന്നു.
2. സ്വയം വികസനത്തിനുവേണ്ടി നടത്തുന്ന നിക്ഷേപങ്ങൾക്കാനു പാതികമായിട്ടായിരിക്കും ഒരു വ്യക്തിയുടെ വളർച്ച.
3. കഴിവുകൾ കാലഹരണപ്പെട്ടു പോകുന്നു എന്നുള്ളതാണ് മാറ്റ ങ്ങൾ ഉയർത്തുന്ന വലിയ ഭീഷണി. വ്യക്തി വികസനത്തിലൂടെ ഇതിന് തടയിടാൻ കഴിയുന്നു.
4. വൈവിധ്യമാർന്ന പല കഴിവുകളും എല്ലാവരിലും ഒളിഞ്ഞിരി പ്പുണ്ട്. അവ കണ്ടെത്തി കാലോചിതമായ രീതിയിൽ പ്രയോജ നപ്പെടുത്താൻ വ്യക്തിഗത വികസനത്തിന് സാദ്ധ്യമാകും.
5. പുതിയത് പഴയതാക്കുവാൻ കാലം മാത്രം ഇടപെട്ടാൽ മതി. പക്ഷേ പഴയതിനെ പുതിയതാക്കി നിലനിർത്തുവാൻ സ്വയം ഇടപെട്ടേ മതിയാകൂ.

നിർമ്മിത ബുദ്ധിയുടെയും, യന്ത്രവൽക്കരണത്തിന്റെയും വരവ് തൊഴിൽ വിപണിയിൽ വമ്പിച്ച മാറ്റങ്ങൾക്ക് വഴിവെച്ചിരിക്കുന്നു.

കേട്ടുകേൾവിപോലുമില്ലാത്ത പല പുതിയ തസ്തികകൾ നിലവിൽ വരികയും, പഴയവ പലതും ഇല്ലാതാവുകയും ചെയ്യുന്നു. ഈ വെല്ലുവിളി ഫലപ്രദമായി നേരിടുവാൻ തുടർച്ചയായ സ്വയം നവീകരണം ആവശ്യമായി വന്നിരിക്കുന്നു.

സ്വയം നവീകരണത്തിന്റെ 10 കല്പനകൾ:

1. വെല്ലുവിളികളെ ഭയപ്പെടാതിരിക്കുക. ഏതു വെല്ലുവിളികളുടെ പിറകിലും അവസരങ്ങൾ മറഞ്ഞിരിക്കുന്നുണ്ടാകും. അവ കണ്ടെത്തി പ്രയോജനപ്പെടുത്തുക. വെല്ലുവിളികളിൽനിന്നും ഒളിച്ചോടുന്നവരെ ഭാഗ്യം ഒരിക്കലും കടാക്ഷിക്കില്ല.
2. വ്യക്തിപരമായ ലക്ഷ്യങ്ങളും, ദൗത്യങ്ങളും വ്യക്തമായി നിർണ്ണയിക്കുകയും, കൃത്യമായ മുൻഗണനാക്രമം നിശ്ചയിച്ച് നടപ്പിലാക്കുകയും ചെയ്യുക. നമ്മുടെ ഏത് സ്വപ്നങ്ങളേയും സാക്ഷാത്ക്കരിക്കാൻ കഴിയും, അവയ്ക്കുവേണ്ടി തളരാതെ പ്രവർത്തിക്കുവാൻ തയ്യാറുണ്ടെങ്കിൽ എന്ന വാൾട്ട് ഡിസ്നി യുടെ വാക്കുകൾ ശ്രദ്ധിക്കുക.
3. സ്വന്തം സൗഖ്യമണ്ഡലം (Comfort zone)ത്തിൽ നിന്ന് പുറത്തു വരാൻ തയ്യാറാവുക. എല്ലായ്പ്പോഴും സുരക്ഷ തേടിപ്പോകാനുള്ള പ്രവണത മനുഷ്യസഹജമാണ്. സുരക്ഷയോടുള്ള ഈ അതിർ കടന്ന ആഭിമുഖ്യമാണ് നമ്മെ സൗഖ്യമണ്ഡലത്തിൽ തന്നെ തളച്ചിടുന്നത്. ഒരു കപ്പൽ ഏറ്റവും സുരക്ഷിതമായിരിക്കുന്നത് തുറമുഖങ്ങളിലായിരിക്കാം. പക്ഷേ തുറമുഖങ്ങളിൽ തങ്ങുക എന്നത് അല്ലല്ലോ കപ്പലിന്റെ ദൗത്യം. സൗഖ്യ മണ്ഡലത്തിന്റെ പരിധി നാൾക്കുനാൾ കുറഞ്ഞുകൊണ്ടിരിക്കുകയാണ്. വരാനിരിക്കുന്നത് കൂടുതൽ അനിശ്ചിതത്വത്തിന്റെ നാളുകളാണ്. പ്രശ്നരഹിതമായ ഒരു ജീവിതം സ്വപ്നം കണ്ട്, ഇതുവരെ കടന്നു ചെന്നിട്ടില്ലാത്ത വഴികളിലൂടെ സഞ്ചരിക്കുവാൻ മടി കാണിക്കുന്നത് ലക്ഷ്യം നേടാൻ സഹായിക്കുകയില്ല.
4. വ്യക്തി വികാസത്തിന്റെ കാര്യത്തിൽ ഒരിക്കലും ഒഴിവുകഴിവുകൾ(Excuses)ക്കു പിന്നിൽ അഭയം തേടുകയോ, അവയെ ന്യായീകരിക്കുവാൻ ശ്രമിക്കുകയോ ചെയ്യാതിരിക്കുക. ഒഴിവുകഴിവുകൾ നിങ്ങളെ ഒരിടത്തും എത്തിക്കില്ല.
5. ജീവിതകാലം മുഴുവൻ നീണ്ടുനിൽക്കുന്ന തുടർപഠനം സ്വയം നവീകരണത്തിന്റെ അവിഭാജ്യഘടകമാണ്. അജ്ഞത ഒരിക്കലും ഒരു നാണക്കേടല്ല. പക്ഷേ പഠിക്കാൻ വിസമ്മതിക്കുന്നത് നാണക്കേടു തന്നെയാണ്. ഡിജിറ്റൽ സുനാമി നമുക്കു

മുന്നിൽ കാഴ്ചവയ്ക്കുന്ന പുത്തനറിവുകൾക്ക് നേരെ പുറം തിരിഞ്ഞു നിൽക്കാതെ കഴിയുന്ന വേഗത്തിൽ അവ സ്വായത്തമാക്കുകയും, പ്രയോജനപ്പെടുത്തുകയും ചെയ്യുക.

6. ജീവിതത്തെ എല്ലായ്പ്പോഴും പോസിറ്റീവായി കാണുകയും, ശുഭാപ്തി വിശ്വാസം നിലനിർത്തുകയും ചെയ്യുക. നിഷേധാ ത്മക വ്യക്തിത്വമുള്ളവരിൽ നിന്ന് തന്ത്രപൂർവ്വം മാറിനിൽക്കുക.
7. ചുറ്റും നിൽക്കുന്നവരുടെ വികസനത്തിനും ഉന്നമനത്തിനും വേണ്ടി അകമഴിഞ്ഞ സഹകരണം നൽകുക. സ്വയം നവീ കരണ പ്രക്രിയയെ ഇത് വളരെയേറെ സഹായിക്കും.
8. വിജയം കൈവരുമ്പോൾ മതിമറന്ന് അഹങ്കരിക്കാതിരിക്കുക. പരാജയത്തെപോലെ വിജയവും താത്ക്കാലികമാണെന്നകാ ര്യം വിസ്മരിക്കാതിരിക്കുക. താത്ക്കാലിക വിജയങ്ങളിൽ നിർ വൃതികൊണ്ട് സ്വന്തം വളർച്ചയ്ക്ക് സഹായകവും പ്രേരക വുമായി തീർന്നവരെ കൈവിടാതിരിക്കുക.
9. സ്വയം നവീകരണത്തിനുതകാത്ത ശീലങ്ങളെ മാറ്റിയെ ടുക്കുകയും സഹായിക്കുന്നവയെ വളർത്തിയെടുക്കുകയും ചെയ്യുക. ശീലങ്ങളാണ് ഒരാളെ വളർത്തുന്നതും തളർത്തുന്ന തും. ബാഹ്യലോകത്തെ പ്രശ്നങ്ങളെ നേരിടുന്നതിന് മുൻപ് ആന്തരിക പോരാട്ടത്തിൽ വിജയിച്ചിരിക്കണം. അവനവന്റെ മേൽ നേരിടുന്ന വിജയം മറ്റുള്ളവരുടെ മേൽ നേടുന്ന വിജയ ത്തേക്കാൾ പ്രധാനമാണ്.
10. താത്ക്കാലിക പരാജയങ്ങളിൽ തളർന്നുപോകാതെ സധൈര്യം മുന്നോട്ട് പോകുക. മറ്റുള്ളവർ നിങ്ങളെപ്പറ്റി എന്ത് ചിന്തിക്കുമെ ന്നോർത്ത് അമിതമായി വ്യാകുലപ്പെടാതിരിക്കുക.

ആശിച്ചതെല്ലാം ആർക്കും കൈ വരാറില്ല. ആശയുള്ളേടത്ത് നിരാശയും കാണും. നൈരാശ്യത്തെ ഭയന്ന് ആശ കൈവിടാതിരിക്കുക.

നവീകരണം - ഒരു തുടർപ്രക്രിയ

സ്വയം നവീകരണം ഒരു തുടർപ്രക്രിയയാണ്. കാലികമായ മാറ്റ ങ്ങൾക്കനുസരിച്ച് സ്വന്തം കഴിവുകളെ നവീകരിക്കുവാൻ തയ്യാറില്ലാ ത്തവർ കാലത്തിന്റെ കുത്തൊഴുക്കിൽ കാലഹരണപ്പെട്ടു പോകും. എത്രതന്നെ പ്രകാശം പരത്തുന്ന വിളക്കായാലും നിശ്ചിത ഇടവേളക ളിൽ ഇന്ധനം നിറച്ചേ തീരൂ. അതില്ലെങ്കിൽ തിരി അണഞ്ഞു പോകും. സ്വന്തം കഴിവുകളെ അടിക്കടി വിലയിരുത്തി മാറിക്കൊണ്ടിരിക്കുന്ന ഈ ലോകത്ത് അവയുടെ പ്രസക്തി എത്ര ത്തോളം ഉണ്ടെന്ന് സ്വയം

വിലയിരുത്തുക. അന്യരുടെ വിലയിരു ത്തലുകൾക്ക് ആധികാരികത ഉണ്ടായിക്കൊള്ളണമെന്നില്ല. അവ പലപ്പോഴും നിക്ഷിപ്ത താത്പര്യ ങ്ങളാൽ നിയന്ത്രിക്കപ്പെടുന്നവയുമായിരിക്കാം. സ്വയമേവ വിശകലനം നടത്തി ആവശ്യമായ തിരുത്തലുകളും, ശാക്തീകരണവും നടത്തി മുന്നോട്ട് പോകുന്നതാണ് നല്ലത്.

അസാധാരണമായ ഒരു ആതുര കാലഘട്ടത്തിലൂടെയാണ് ലോകം ഇന്ന് കടന്നുപോകുന്നത്. ജീവിക്കുന്നതിനേക്കാൾ പ്രാധാന്യം അതിജീ വനത്തിന് കൈവന്നിരിക്കുന്നു. സ്വയം നവീകരണത്തി ലധിഷ്ഠിതമായ വ്യക്തിഗത വികസനത്തിലൂടെ മാത്രമേ ഈ അതി ജീവനശേഷി കരസ്ഥമാക്കാനും നിലനിർത്താനും കഴിയുകയുള്ളൂ.

മത്സര പരീക്ഷകളെ ഭയപ്പെടേണ്ടതില്ല

"പരാജയഭീതി ഒന്നുമാത്രമാണ് സ്വപ്ന സാക്ഷാത്കാരം അസാദ്ധ്യമാക്കിത്തീർക്കുന്നത്"

പൗലോ കോയ്‌ലോ

എഴുത്തുപരീക്ഷ പലപ്പോഴും തിരഞ്ഞെടുപ്പ് പ്രക്രിയയുടെ ആദ്യ ഘട്ടമായിരിക്കും. ഈ കടമ്പ കടന്നാൽ മാത്രമേ അടുത്ത ഘട്ടങ്ങളിലേക്ക് പ്രവേശിക്കുവാൻ പറ്റൂ. വിദ്യാഭ്യാസകാലത്ത് അനേകം പരീക്ഷകൾ എഴുതി പരിചയം നേടിയവരായിരിക്കും ഉദ്യോഗാർത്ഥികൾ. പക്ഷേ ജോലിക്കുവേണ്ടിയുള്ള തിരഞ്ഞെടുപ്പിന്റെ ഭാഗമായി നടത്തുന്ന പരീക്ഷകൾ അക്കാദമിക് പരീക്ഷകളിൽനിന്നും തികച്ചും വ്യത്യസ്തമാണ്. അതിനാൽ തന്നെ അക്കാദമിക് പരീക്ഷകൾ എഴുതി നേടിയ പരിചയം മത്സര പരീക്ഷകളിൽ വലിയ രീതിയിൽ സഹായകരമായി കൊള്ളണമെന്നില്ല.

എങ്ങനെ വ്യത്യസ്തമാകുന്നു?

അക്കാദമിക് പരീക്ഷകളിൽ നിന്നും മത്സരപരീക്ഷകളെ വേർതിരിക്കുന്ന മുഖ്യഘടകങ്ങൾ താഴെപറയുന്നവയാണ്:

1. മത്സരപരീക്ഷകളുടെ കാതലായ അംശം മത്സരമാണ്. എന്നാൽ അക്കാദമിക് പരീക്ഷകളിൽ അന്യോന്യമത്സരമില്ല. ഒരു നിശ്ചിത ശതമാനം മാർക്ക് കരസ്ഥമാക്കുന്ന എല്ലാവരും വിജയിക്കുന്നു.

കൂടുതൽ മാർക്ക് ലഭിക്കുന്ന എല്ലാവരും ഒരേപോലെ റാങ്കുകൾ നേടുകയും അതിന്റെ ഫലം അനുഭവിക്കുകയും ചെയ്യുന്നു. എന്നാൽ മത്സര പരീക്ഷകളിൽ നിശ്ചിത മാർക്ക് ലഭിക്കുന്ന എല്ലാവരും മുന്നോട്ടു പോകുന്നില്ല. ഒഴിവുള്ള തസ്തികകളുടെ എണ്ണത്തിന് ആനുപാതികമായി ആവശ്യമുള്ളത്ര അപേക്ഷകരെ മാത്രമേ ഇന്റർവ്യൂവിന് ക്ഷണിക്കുകയുള്ളൂ. അതിനാൽ നിസ്സാര മാർക്ക് വ്യത്യാസത്തിൽ പലർക്കും ഇന്റർവ്യൂവിനുള്ള അവസരം നഷ്ടപ്പെട്ടു എന്നുവരാം.

2. അക്കാദമിക് പരീക്ഷകൾ വിശദമായ സിലബസിന്റെ അടിസ്ഥാനത്തിൽ നീണ്ട കാലയളവിലെ ക്ലാസ്സും പഠനങ്ങൾക്കു ശേഷമാണ് നടത്തപ്പെടുന്നത്. എന്നാൽ മത്സരപരീക്ഷകളുടെ കാര്യത്തിൽ, സിവിൽ സർവീസുകളിലേക്കും, മറ്റ് സർക്കാർ അല്ലെങ്കിൽ പൊതുമേഖലാ സ്ഥാപനങ്ങളിലേക്കുമുള്ള പരീക്ഷകൾക്ക് മാത്രമേ വിശദമായ സിലബസ് ഉണ്ടാകാറുള്ളൂ. സ്വകാര്യ സ്ഥാപനങ്ങൾ നടത്തുന്ന പല മത്സര പരീക്ഷ കൾക്കും മിക്കവാറും സന്ദർഭങ്ങളിൽ നാമമാത്രമായ സിലബസ് പോലും അപേക്ഷകർക്ക് നൽകാറില്ല.

3. അക്കാദമിക് പരീക്ഷകളിൽ വിജ്ഞാനത്തിന്റെ നിലവാരമാണ് അളക്കപ്പെടുന്നത്. മത്സരപരീക്ഷകളിൽ പരിശോധിക്കപ്പെടുന്നത് നിശ്ചിത തസ്തികകൾക്ക് അപേക്ഷകർ എത്രത്തോളം അനുയോജ്യരാണ് എന്നുള്ളതാണ്.

4. അക്കാദമിക് പരീക്ഷകളിൽ ഒരേ വിദ്യാഭ്യാസ യോഗ്യതയുള്ളവരാണ് പങ്കെടുക്കുന്നത്. പക്ഷേ മത്സര പരീക്ഷകളിൽ ഉയർന്ന വിദ്യാഭ്യാസ യോഗ്യതയും, പരിചയസമ്പന്നത സമ്പ ത്തുമുള്ള പലരും ഉണ്ടായേക്കാം.

5. ഈ വ്യത്യസ്തതകൾ കാരണം മത്സരപരീക്ഷകളുടെ രൂപവും, ഭാവവുമെല്ലാം തന്നെ അക്കാദമിക് പരീക്ഷകളിൽ നിന്നും വിഭിന്നമാണ്. ഉദാഹരണത്തിന് അക്കാദമിക് പരീക്ഷകളിൽ സാധാരണയായി കാണാത്ത നെഗറ്റീവ് മാർക്ക് എന്ന സമ്പ്രദായം, മത്സരപരീക്ഷകളിൽ വ്യാപകമായി ഉപയോഗിക്കാറുണ്ട്. അക്കാദമിക് പരീക്ഷകളിൽ വിപുലമായ രീതിയിൽ വിദ്യാർത്ഥികൾ ഉപയോഗപ്പെടുത്തുന്ന ഊഹത്തിന്റെ അടിസ്ഥാനത്തിൽ മാത്രമുള്ള ഭാഗ്യപരീക്ഷണങ്ങൾക്ക് ഈ രീതി തടയിടുന്നു.

ഈ വ്യത്യാസങ്ങളെല്ലാം വ്യക്തമായി ഉൾക്കൊണ്ടുകൊണ്ട് വേണം അപേക്ഷകർ മത്സരപരീക്ഷകൾക്ക് തയ്യാറെടുക്കേണ്ടത്:

തയ്യാറെടുപ്പിൽ ശ്രദ്ധിക്കേണ്ടത്

മത്സര പരീക്ഷകളിലെ പ്രകടനം മെച്ചപ്പെടുത്തുന്നതിന് ആസൂത്രിതമായ പഠനവും, ചിട്ടയാർന്ന തയ്യാറെടുപ്പും ആവശ്യമാണ്. വിജയം നേടാൻ ഒന്നാമതായി വേണ്ടത് വിജയിക്കണമെന്ന ആത്മാർത്ഥമായ ആഗ്രഹമാണ്. മറ്റുള്ളവരുടെ നിർബന്ധത്തിനു വഴങ്ങി പരീക്ഷ എഴുതുന്നവർക്ക് ഇത് ഉണ്ടായിക്കൊള്ളണമെന്നില്ല. ഇങ്ങനെ യുള്ളവരാണ് പലപ്പോഴും ആദ്യഘട്ടത്തിൽത്തന്നെ പുറംതള്ളപ്പെടുന്നത്. ഏത് മത്സരങ്ങളിലായാലും സ്വയം പ്രചോദിതരായി പങ്കെടുക്കുന്നവരാണ് മുൻനിരയിലെത്തിപ്പെടാറുള്ളത്.

ശരിയായ തയ്യാറെടുപ്പിന്റെയും, പരിശീലനത്തിന്റെയും അഭാവത്തിൽ അതിസമർത്ഥരായ ഉദ്യോഗാർത്ഥികൾ പോലും മത്സര പരീക്ഷകളിൽ പരാജയപ്പെടുന്നത് നിത്യസംഭവമാണ്. ഇത് ഒഴിവാക്കുവാനായി താഴെകുറിച്ച കാര്യങ്ങളിൽ പ്രത്യേകം ശ്രദ്ധിക്കുക:

1. അവസാന നിമിഷംവരെ കാത്തിരിക്കാതെ തയ്യാറെടുപ്പ് കാലേക്കൂട്ടി ആരംഭിക്കുക. പരീക്ഷയെപ്പറ്റി ഉത്കണ്ഠ അകറ്റു വാനും മനഃസമ്മർദ്ദമില്ലാതെ പരീക്ഷയെഴുതുവാനും ഇത് സഹായിക്കും.
2. തയ്യാറെടുപ്പിന് നിശ്ചിത സമയം നിർണ്ണയിക്കുകയും അതിനനുസരിച്ച് സമയക്രമീകരണം നടത്തുകയും ചെയ്യുക. ഈ ക്രമീകരണത്തിൽ നിന്നും കഴിയുന്നത്ര വ്യതിചലിക്കാതിരിക്കുക. നിശ്ചയിക്കപ്പെട്ട സമയപരിധിക്കുള്ളിൽ പൂർത്തിയാക്കപ്പെടുന്ന തയ്യാറെടുപ്പ് ആത്മവിശ്വാസം വർദ്ധിപ്പിക്കും.
3. പരീക്ഷയുടെ സിലബസും, ചോദ്യപേപ്പറുകളുടെ ഘടനയു മെല്ലാം ശ്രദ്ധിച്ചു മനസ്സിലാക്കുക.
4. ഏതെല്ലാം പഠനസാമഗ്രികളാണ് വേണ്ടതെന്നും, ഏതെല്ലാം കാര്യത്തിൽ മറ്റുള്ളവരുടെ സഹായവും, മാർഗ്ഗനിർദ്ദേശങ്ങളും ആവശ്യമായേക്കുമെന്ന് മുൻകൂട്ടി കണ്ടെത്തുക. പുസ്തകങ്ങളും, മറ്റു പ്രസിദ്ധീകരണങ്ങളും ശേഖരിക്കുമ്പോൾ അവ എപ്പോൾ പ്രസിദ്ധീകരിച്ചവയാണെന്നും, ആധികാരികത എത്രത്തോളമുണ്ടെന്നുമെല്ലാം പരിശോധിച്ചതിനുശേഷം, പ്രസക്തവും, കാലികവുമായത് മാത്രം തിരഞ്ഞെടുക്കുക.
5. മുൻകാല ചോദ്യപേപ്പറുകളിൽ നിന്ന് ആവർത്തിച്ചുവരുന്ന ചോദ്യങ്ങൾ കണ്ടെത്തി അവയ്ക്ക് പ്രത്യേക ഊന്നൽ നൽകുക.
6. ചോദ്യപേപ്പറുകൾക്ക് ഉത്തരം എഴുതി തന്നെ ശീലിക്കുക. ഇങ്ങനെ ചെയ്യുമ്പോൾ നിശ്ചയിക്കപ്പെട്ട സമയപരിധിക്കുള്ളിൽ

തന്നെ പൂർത്തിയാക്കുവാൻ ശ്രദ്ധിക്കുക. പരീക്ഷാ ഹാളിലെ സമയക്രമീകരണത്തിന് ഇത് വളരെയേറെ സഹായിക്കും.

7. പഠനസമയത്ത് ചെറിയ കുറിപ്പുകൾ തയ്യാറാക്കി വെയ്ക്കുന്നത് അവസാന നിമിഷത്തിലെ റിവിഷന് വളരെ ഏറെ സഹായക മാകും.

8. മത്സര പരീക്ഷയ്ക്ക് പങ്കെടുക്കുന്നവരും, മുൻപ് പങ്കെടുത്ത വരുമായി പ്രശ്നങ്ങൾ ചർച്ച ചെയ്യുന്നതും, കൂട്ടായ പഠനം നടത്തുന്നതും ഉപകാരപ്രദമാണ്.

അറിവിന്റെ സ്വാംശീകരണമാണ് തയ്യാറെടുപ്പിന്റ അന്തഃസത്ത. എന്നാൽ ഇതുകൊണ്ടുമാത്രം എല്ലാം പൂർത്തിയാകുന്നില്ല. നേടിയ വിജ്ഞാനം ശരിയായ രീതിയിൽ ഉത്തരക്കടലാസിലേക്ക് പകരു മ്പോൾ മാത്രമാണ് ദൗത്യം പൂർത്തിയാകുന്നത്. ഇത് നിർവ്വഹി ക്കപ്പെ ടുന്നത് പരീക്ഷാ ഹാളിൽ ആണ്.

പരീക്ഷാ ഹാളിൽ പുലർത്തേണ്ട ജാഗ്രത:

1. നിശ്ചയിക്കപ്പെട്ട സമയത്തിന് അല്പം മുമ്പ് തന്നെ ഹാളിൽ എത്തിച്ചേരുക. അവസാന നിമിഷങ്ങളിൽ ഉണ്ടായേക്കാവുന്ന ആകസ്മികതകളെ ഒഴിവാക്കാൻ ഇത് സഹായിക്കും.

2. സമയ വിനിയോഗത്തെക്കുറിച്ച് കൃത്യമായ ധാരണ പുലർത്തുക. ചോദ്യങ്ങളെ ആദ്യ വായനയിൽ തന്നെ തരംതിരിച്ച് ഏറ്റവും എളുപ്പവും വ്യക്തതയാർന്നതുമായ ചോദ്യങ്ങൾക്ക് ആദ്യം ഉത്ത രമെഴുതുക. അത്രതന്നെ വ്യക്തമല്ലാത്തതും, കണക്കുകൂട്ടലുകൾ ആവശ്യമായതും അടുത്തതായി ചെയ്യുക. കടുപ്പമേറിയതും, അറിഞ്ഞു കൂടാത്തവയും ഏറ്റവുമൊടുവിൽ പരിഗണിക്കുക.

3. അക്കാദമിക് പരീക്ഷകളിൽ നിന്നും വ്യത്യസ്തമായ ചോദ്യ ശൈലി കാരണം ഉത്തരം കണ്ടെത്താൻ പ്രയാസം നേരിട്ടാൽ പരിഭ്രമിക്കാതെ സമചിത്തതയോടെ മുന്നോട്ടു പോവുക.

4. മാർക്കിന്റെ അടിസ്ഥാനത്തിൽ സമയലഭ്യത കൂടി കണക്കി ലെടുത്ത് പറഞ്ഞ അളവിൽ മാത്രം ഉത്തരം എഴുതുകയും, കൃത്യമായി നമ്പറിടുകയും ചെയ്യുക.

5. പരീക്ഷ ദിവസം അവസാന നിമിഷത്തിൽ പുതിയ കാര്യങ്ങൾ പഠിക്കാൻ ശ്രമിക്കുന്നത് ചിന്താക്കുഴപ്പം സൃഷ്ടിച്ചേക്കാനിടയുണ്ട്. അതിനാൽ ഇത് ഒഴിവാക്കുന്നതാണ് നല്ലത്.

6. ഉത്തരക്കടലാസ് തിരിച്ചേൽപ്പിക്കുന്നതുവരെ ആത്മവിശ്വാസം കൈവിടാതിരിക്കുക.

അതീവ മത്സരാധിഷ്ഠിതമായ ആധുനിക ലോകത്ത് മത്സര പരീക്ഷകളുടെ പ്രാധാന്യം നാൾക്കുനാൾ വർദ്ധിക്കുകയാണ്. അതോടൊപ്പം തന്നെ പരീക്ഷയെ സമീപിക്കുന്നതിൽ ഉദ്യോഗാർത്ഥികൾക്കുള്ള ഉത്കണ്ഠയും വർദ്ധിക്കുന്നു.

ഉത്കണ്ഠ ലഘൂകരിക്കുവാനും, ആത്മവിശ്വാസം വർദ്ധിപ്പിക്കുവാനുമുള്ള ഫലപ്രദമായ മാർഗ്ഗമാണ് ചിട്ടയായ പരിശീലന ങ്ങളിലൂടെ നേടുന്ന പൂർണ്ണ തയ്യാറെടുപ്പ്. വിജയം എല്ലാവരും ആഗ്രഹിക്കുന്നുണ്ടാകാം. പക്ഷേ, ആഗ്രഹങ്ങൾക്കൊപ്പം സ്ഥിര പരിശ്രമങ്ങൾ കൂടിയുണ്ടെങ്കിലേ ആഗ്രഹങ്ങൾ സഫലീകരിക്കപ്പെടുകയുള്ളൂ. ലക്ഷ്യത്തിൽ നിന്ന് വ്യതിചലിക്കാതിരിക്കാനുള്ള നിശ്ചയദാർഢ്യവും, പ്രതിബദ്ധതയുമുള്ള ഉദ്യോഗാർത്ഥികൾക്ക് എഴുത്തുപരീക്ഷ അനായാസം മറികടക്കാവുന്നതേയുള്ളൂ. അസാമാന്യമായ കഴിവുള്ള വ്യക്തികളല്ല, സ്വപ്ന ജോലി കരസ്ഥമാക്കുന്നവർ. ഉള്ള കഴിവുകളെ കഴിയു ന്നത്ര വികസിപ്പിക്കുകയും ശരിയായ അവസരങ്ങളിൽ ശരിയായ രീതിയിൽ ഉപയോഗിക്കുകയും ചെയ്യുന്നവരാണ് അവർ.

ഇന്റർവ്യൂ ഒരു പേടിസ്വപ്നം ആകാതിരിക്കുവാൻ

"നിങ്ങളുടെ അസാധാരണ കഴിവുകളും ലോകത്തിന്റെ ആവശ്യങ്ങളും, എവിടെ സന്ധിക്കുന്നുവോ അവിടെയാണ് നിങ്ങളുടെ കർമ്മമേഖല"

- അരിസ്റ്റോട്ടിൽ

മത്സര പരീക്ഷകളിൽ ഉയർന്ന മാർക്ക് നേടുന്ന പല ഉദ്യോഗാർത്ഥികൾപോലും ഇന്റർവ്യൂ എന്ന അഭിമുഖ പരീക്ഷയെ മറികടക്കാനാകാതെ അവസരം നഷ്ടപ്പെടുന്ന കാഴ്ചകൾ നിത്യസംഭവ മാണ്. അഭിമുഖ പരീക്ഷ നേരിടേണ്ടിവരുമെന്ന ഒരൊറ്റ കാരണം കൊണ്ട് പല നല്ല ജോലികൾക്കും അപേക്ഷ അയക്കാതിരിക്കുന്നവരും ഉണ്ട്. ഇന്റർവ്യൂവിനെക്കുറിച്ചുള്ള അകാരണമായ ഭയം അവരെ പല നല്ല അവസരങ്ങളിൽനിന്നും അകറ്റി നിർത്തുന്നു.

എന്താണ് ഇന്റർവ്യൂ?

അപേക്ഷകരുടെ അർഹത വിലയിരുത്താൻ (ജോലി നേടാനോ, ഉന്നത പഠനത്തിന് പ്രവേശനം ലഭിക്കുവാനോ തുടങ്ങിയ എന്തിനുമാകാം), സാർവ്വത്രികമായി അംഗീകരിക്കപ്പെട്ടിട്ടുള്ള ഒരു തിരഞ്ഞെടുപ്പ് രീതിയാണ് ഇന്റർവ്യൂ. അപേക്ഷിച്ചിട്ടുള്ള അവസരങ്ങളുടെ സ്വഭാവമനുസരിച്ച് വ്യത്യസ്ത രീതികളിലായിരിക്കും അഭിമുഖ പരീക്ഷകൾ നടത്തപ്പെടുന്നത്. വ്യത്യസ്തകൾ എന്തുതന്നെയായാലും എല്ലാ അഭിമുഖ

പരീക്ഷകളുടെയും ലക്ഷ്യം ഒന്നുതന്നെയായിരിക്കും. അതായത് അപേക്ഷിച്ചിട്ടുള്ള അവസര ങ്ങൾക്ക് അപേക്ഷകർ എത്രത്തോളം അനുയോജ്യരാണെന്ന് കണ്ടെത്തുക എന്നത്. ഇതിനായി അപേക്ഷകർ നൽകിയിട്ടുള്ള വിവരങ്ങളുടെ നിജസ്ഥിതി നേരിട്ടറിയാനും, അതിലൂടെ അവരുടെ അനുയോജ്യത വിലയിരുത്താനും ഇന്റർവ്യൂ ഉപയോഗപ്പെടുത്തുന്നു. അപേക്ഷകരെ സംബന്ധിച്ചേടത്തോളം തങ്ങൾ നേടിയെടുത്തിട്ടുള്ള അറിവും, കഴിവും, യോഗ്യതകളും അപേക്ഷിച്ചിട്ടുള്ള തസ്തികക്ക് എത്രത്തോളം പ്രയോജനപ്പെടുമെന്ന്, അധികൃതരെ ബോദ്ധ്യപ്പെടുത്താനുള്ള ഒരു സുവർണ്ണാവസരമാണ് അഭിമുഖ പരീക്ഷകൾ നൽകുന്നത്.

മറ്റൊരു തരത്തിൽ പറഞ്ഞാൽ ഇന്റർവ്യൂ എന്നത് ഒരു വിൽപ്പനയാണ്. ഉദ്യോഗാർത്ഥി എന്ന ഉൽപ്പന്നത്തെ തൊഴിൽ ദാതാവ് എന്ന ഉപഭോക്താവിന് മുൻപിൽ ഏറ്റവും ആകർഷകമായ രീതിയിൽ അവതരിപ്പിച്ച്, ഉപഭോക്താവിനെക്കൊണ്ട് ഉൽപ്പന്നം വാങ്ങിപ്പിക്കുന്ന ഒരു വില്പന പ്രക്രിയ. വില്പന പ്രക്രിയയുടെ ആദ്യത്തെ പടി ഉൽപ്പന്നത്തിൽ ഉപഭോക്താവിന് താല്പര്യം ജനിപ്പിക്കുക എന്നതാണ്. ഇതിനായി ഉൽപ്പന്നത്തിന്റെ ഗുണങ്ങൾ എണ്ണിപ്പറയുന്നതിനേക്കാൾ പ്രാധാന്യം, ഉപഭോക്താവിന്റെ പ്രശ്നങ്ങൾ പരിഹരിക്കുവാൻ ഉൽപ്പന്നം എത്രത്തോളം സഹായകമാണെന്ന് ഊന്നിപ്പറയുന്നതിലാണ്. ഇതേ രീതി തന്നെയാണ് ഇന്റർവ്യൂകളിലും സ്വീകരിക്കേണ്ടത്. ഉദ്യോഗാർത്ഥികൾ അവരുടെ കഴിവുകൾ ഉയർത്തിക്കാട്ടുവാൻ ശ്രമിക്കുമ്പോൾ ഇന്റർവ്യൂ നടത്തുന്നവർ അവരുടെ മൂല്യവർദ്ധനക്കുതകുന്ന പ്രശ്നപരിഹാരശേഷികളിൽ ശ്രദ്ധ കേന്ദ്രീകരിക്കുന്നു. ഇവ രണ്ടുംകൂടി സന്ധിക്കുന്നേടത്താണ് തിരഞ്ഞെടുപ്പിന്റെ സാദ്ധ്യതകൾ ഉരുത്തിരിയുന്നത്.

തൊഴിൽദായകരുടെ ആവശ്യങ്ങൾ മുൻപൊരിക്കലുമുണ്ടായിട്ടില്ലാത്തത്ര വേഗത്തിൽ മാറിക്കൊണ്ടിരിക്കുകയാണ്. അതിനനുസരിച്ച് ഉദ്യോഗാർത്ഥികളുടെ കഴിവുകളിലും, കാലികമായ മാറ്റങ്ങൾ വരുത്തുവാൻ കഴിഞ്ഞെങ്കിൽ മാത്രമേ അതിജീവനം സാദ്ധ്യമാകൂ. പ്രയോഗക്ഷമമല്ലാത്ത വിജ്ഞാനത്തിൽ ആർക്കും താല്പര്യമുണ്ടാകാനിടയില്ല. അതിവേഗമാറ്റങ്ങളുടെ പശ്ചാത്തലത്തിൽ ഒരാൾക്ക് എന്തറിയാം എന്നതിനേക്കാൾ പ്രാധാന്യം എന്തറിയില്ല എന്നതിനും, അറിയാത്തവ വേഗത്തിൽ പഠിച്ചെടുക്കുവാനുള്ള പ്രാപ്തി എത്രത്തോളമുണ്ടെന്നതിനുമാണ്.

തയ്യാറെടുപ്പിന്റെ ആവശ്യകത

ഔപചാരിക വിദ്യാഭ്യാസത്തിലൂടെ ലഭിക്കുന്ന അറിവുകളും കഴിവുകളുംകൊണ്ട് മാത്രം ഒരു നല്ല ജോലി നേടിയെടുക്കുവാൻ കഴിഞ്ഞെന്നുവരില്ല. സ്വന്തം നിലപാടുകളും, ഉൾക്കാഴ്ചയും, ആത്മവിശ്വാസ

ത്തോടുകൂടി അഭിമുഖ പരീക്ഷകളിൽ അവതരിപ്പിക്കുവാനും കൂടി കഴിയണം. ഇതിനായി കുറ്റമറ്റ ആശയവിനിമയശേഷി, വൈകാരിക കാര്യക്ഷമത, സ്വന്തം കഴിവുകളിലുള്ള ഉറച്ച വിശ്വാസം തുടങ്ങിയ പലതും ആവശ്യമാണ്. ഇവയെല്ലാം നേടിയെടുക്കുവാൻ ഉചിതമായ പരിശീലനങ്ങളും, തുടർച്ചയായ പരിശ്രമങ്ങളും കൂടിയേ കഴിയൂ. ശരിയായ രീതിയിൽ ആസൂത്രണം ചെയ്ത്, ചിട്ടയോടെ നടപ്പിലാക്കുന്ന തയ്യാറെടുപ്പ് ഇന്റർവ്യൂവിനെ ആകുലതകൾ മാത്രം സൃഷ്ടിക്കുന്ന ഒരു പേടിസ്വപ്നം എന്നതിൽനിന്നും മാറ്റി, ആനന്ദ കരമായ ഒരു അനുഭവമാക്കിത്തീർക്കും. മാത്രമല്ല, പൂർണ്ണമായ തയ്യാറെടുപ്പ് ഉദ്യോഗാർത്ഥിയുടെ ആത്മവിശ്വാസം വൻതോതിൽ വർദ്ധിപ്പിക്കുകയും ചെയ്യും. തയ്യാറെടുപ്പിന്റെ അപര്യാപ്തതയാണ് പലപ്പോഴും ആത്മവിശ്വാസക്കുറവിന് കാരണമാകുന്നത്. വിജയത്തിന് അത്യന്താപേക്ഷിതമായ ആത്മവിശ്വാസം നേടിയെടുക്കുന്നതിൽ കാര്യക്ഷമതയാർന്ന തയ്യാറെടുപ്പിന് നിർണ്ണായക പങ്കുണ്ട്.

തയ്യാറെടുപ്പിന്റെ ലക്ഷ്യം, വിജ്ഞാന വർദ്ധന എന്നതുമാത്രമല്ല. നേടിയ അറിവും കഴിവും, അഭിമുഖ പരീക്ഷയിൽ ഫലപ്രദമായി അവതരിപ്പിക്കുവാനുള്ള കഴിവുകൾ കൂടി നേടിയെടുക്കാവുന്നതായിരിക്കണം പരിശീലന പ്രക്രിയ. ഒരേ യോഗ്യതകളും കഴിവുകളുമുള്ള അനേകായിരം അപേക്ഷകരിൽനിന്ന് നിങ്ങളെ വ്യത്യസ്തരാക്കുവാൻ ശരിയായ തയ്യാറെടുപ്പുകൾക്ക് കഴിയും. ശരാശരി കഴിവുകൾ മാത്രം കൈമുതലായിട്ടുള്ള പല അപേക്ഷകരും നിശ്ചയദാർഢ്യത്തോടെ നടത്തുന്ന തയ്യാറെടുപ്പുകളുടെ പിൻബലം കൊണ്ടുമാത്രം അമൂല്യമായ അവസരങ്ങൾ കയ്യടക്കുന്ന സംഭവങ്ങൾ നിരവധിയാണ്. അതേ സമയം തന്നെ, തയ്യാറെടുപ്പിന്റെ അപര്യാപ്തതകൊണ്ട് മാത്രം പിന്തള്ളപ്പെടുന്നവരുടെ എണ്ണവും ഒട്ടും കുറവല്ല.

അവസരങ്ങൾ പ്രത്യക്ഷപ്പെടുമ്പോൾ അവയെ കൈപ്പിടിയിലൊതുക്കുവാൻ ഉദ്യോഗാർത്ഥികൾ സദാ സജ്ജരായിരിക്കേണ്ടതുണ്ട്. മികച്ച പ്രതിഭയേക്കാൾ പ്രാധാന്യം ഈ സന്നദ്ധതയ്ക്കാണ്. അവസരങ്ങളും, ആവശ്യങ്ങളും മുൻകൂട്ടി കണ്ട് ഉചിതമായ തയ്യാറെടുപ്പുകൾ നടത്തുക. ഇത് ഉദ്യോഗാർത്ഥികളുടെ മാനസിക സമ്മർദ്ദങ്ങൾ ലഘൂകരിക്കുവാൻ വളരെയേറെ സഹായകമാകും. നന്നായി തയ്യാറെടുക്കുന്നവർക്ക് അവസാന നിമിഷങ്ങളിൽ ഉണ്ടായേക്കാവുന്ന ഭീതിയും സംഭ്രമവും ഒഴിവാക്കുവാൻ കഴിയും.

എങ്ങനെയാകണം തയ്യാറെടുപ്പ്?

എല്ലാവർക്കും എല്ലാ കഴിവുകളും ഉണ്ടായിക്കൊള്ളണമെന്നില്ല. ഒരു കഴിവും ഇല്ലാത്തവരും ഉണ്ടാകില്ല. എല്ലാവരിലും എന്തെങ്കിലും കഴിവുകൾ ഉണ്ടായിരിക്കും. സാദ്ധ്യതകളുടെ വിത്തുകളായി എല്ലാവരിലും ഉറങ്ങിക്കിടക്കുന്ന ഈ കഴിവുകൾ കണ്ടെത്തി പരിപോഷിപ്പിക്കുന്നതിലൂടെ ഇവ തളിർക്കുകയും പൂക്കുകയും ചെയ്യുന്നു. ഉദ്യോഗാർത്ഥികളിൽ അന്തർലീനമായിട്ടുള്ള ഈ കഴിവുകൾ കണ്ടെത്തി വികസിപ്പിക്കുകയും അത് മത്സരരംഗത്ത് യുക്തിപൂർവ്വം വിനിയോഗിക്കുവാനുള്ള ശേഷി നേടുകയും ചെയ്യുക എന്നതാണ് തയ്യാറെടുപ്പിന്റെ മുഖ്യലക്ഷ്യം.

ഈ ലക്ഷ്യത്തിന്റെ അടിസ്ഥാനത്തിലായിരിക്കണം തയ്യാറെടുപ്പ് ആസൂത്രണം ചെയ്യേണ്ടത്. ഇങ്ങനെ ചെയ്യുമ്പോൾ പ്രത്യേക ശ്രദ്ധയർഹിക്കേണ്ട ചില കാര്യങ്ങൾ താഴെ പറയുന്നു.

1. സ്വന്തം കഴിവുകളിൽ അടിയുറച്ച വിശ്വാസവും, പ്രതിസന്ധികളിൽ തളരാതെ മുന്നോട്ട് പോകാനുള്ള കഴിവുമാണ് വിജയത്തിന്റെ അടിസ്ഥാനം. ആത്മവിശ്വാസം എന്നത് എടുത്തുചാട്ടമല്ല. ശരിയായ തയ്യാറെടുപ്പിലൂടെ ഒരു വിജയിയുടെ മനോനില സൃഷ്ടിച്ചെടുക്കുക. എല്ലായ്പ്പോഴും സാദ്ധ്യതകൾ കണ്ടെത്താനും, പ്രയോജനപ്പെടുത്താനും കഴിവുള്ള ഒരു പോസിബിലിറ്റേറിയൻ ആയി മാറുക.
2. കഴിവുകളും, ദൗർബല്യങ്ങളും കാലേക്കൂട്ടി തിരിച്ചറിഞ്ഞ് കഴിവുകളെ വളർത്തുവാനും കുറവുകൾ പരിഹരിക്കാനുമുള്ള പരിശ്രമങ്ങൾ തയ്യാറെടുപ്പിൽ ഉൾപ്പെടുത്തുക. സ്വന്തം നിയന്ത്രണത്തിലല്ലാത്ത അപരിഹാര്യമായ ദൗർബല്യങ്ങളെക്കുറിച്ച് അമിതമായി വേവലാതിപ്പെടാതിരിക്കുക.
3. ഇന്ന് എല്ലാ മേഖലകളിലും, വൈകാരികമായ കാര്യക്ഷമതയ്ക്ക് വർദ്ധിച്ച പ്രാധാന്യമുണ്ട്. തയ്യാറെടുപ്പുകളിൽ ഇതിന് അർഹിക്കുന്ന പ്രാധാന്യം നൽകുക.
4. ഒരേ തരത്തിലുള്ള സിലബസ്സും, പഠനരീതികളും, അരങ്ങുവാഴുന്ന ഇന്നത്തെ സാഹചര്യങ്ങളിൽ ആൾക്കൂട്ടത്തിൽനിന്ന് വേറിട്ട് നിൽക്കാനുതകുന്നതും, തൊഴിൽദാതാക്കൾ വിലമതിക്കുന്നതുമായ പ്രാവീണ്യം നേടിയെടുക്കുന്നതും വിജയത്തിന് സഹായകമാകും. വ്യത്യസ്തതകളിലൂടെ സ്വന്തം വ്യക്തിത്വം സൃഷ്ടിച്ചെടുക്കുവാൻ കഴിയുന്നവരാണ് എല്ലായ്പ്പോഴും കൂടുതൽ ശ്രദ്ധിക്കപ്പെടുന്നത്.

5. സ്വന്തം മേഖലയിലെ പുത്തൻ സംഭവവികാസങ്ങൾക്ക് കാതോർക്കുകയും, അതിനനുസരിച്ച് നേടിയ വിജ്ഞാനത്തിൽ കാലാനുസൃതമായ മാറ്റങ്ങൾ വരുത്തുകയും ചെയ്യുക. ഇന്നലെ കളിൽ നമുക്ക് സഹായകമായിത്തീർന്ന നൈപുണ്യങ്ങൾ, നാളേകളെ നേരിടാൻ പര്യാപ്തമായി കൊള്ളണമെന്നില്ല.

6. തയ്യാറെടുപ്പിന്റെ ഘട്ടത്തിൽ സമയം ശ്രദ്ധാപൂർവ്വം കൈകാര്യം ചെയ്യുക. ഉദാസീനതയും, കാലതാമസവും എന്തുവില കൊടുത്തും ഒഴിവാക്കുക. നിങ്ങൾക്ക് സംഭവിക്കുന്ന കാല താമസമാണ് പലപ്പോഴും പ്രതിയോഗികൾക്ക് മുതൽക്കൂട്ടാകുന്നത്. പ്രഥമവും, പ്രധാനവുമായ കാര്യങ്ങൾ നേടിയെടുക്കു ന്നതിൽ തടസ്സം സൃഷ്ടി ക്കുന്ന ഏതു സാഹചര്യങ്ങളും ഒഴിവാക്കുക.

7. സ്വന്തം സൗഖ്യമണ്ഡലത്തിൽ ഒതുങ്ങിക്കൂടാനുള്ള പ്രവണത യിൽനിന്ന് മോചനം നേടുക. ശാന്തമായ കടൽ ഒരിക്കലും ഒരു നല്ല നാവികനെ സൃഷ്ടിക്കുന്നില്ല. അപരിചിതമായ സാഹ ചര്യങ്ങളിലേക്ക് കടന്നു ചെല്ലാനും, പ്രഥമദൃഷ്ട്യാ ബുദ്ധിമുട്ടെന്ന് തോന്നുന്ന കാര്യങ്ങൾ ചെയ്യുവാനും സന്നദ്ധരാവുക. പല പ്പോഴും അതികഠിനമെന്ന് പ്രത്യക്ഷത്തിൽ തോന്നുന്ന ബുദ്ധി മുട്ടുകൾക്ക് പിറകിലായിരിക്കും നിങ്ങൾ കൊതിക്കുന്ന അവസരങ്ങൾ ഒളി ഞ്ഞിരിക്കുന്നത്.

8. താത്ക്കാലിക പരാജയങ്ങളിൽ പരിഭ്രമിക്കാതിരിക്കുക. തട്ടി വീഴ്ത്താൻ ശ്രമിക്കുന്ന തടസ്സങ്ങളെ ഉയരങ്ങളിലേക്കുള്ള ചവിട്ടുപ ടികളാക്കുക. വിജയങ്ങൾ നിങ്ങൾക്ക് ആവേശവും സന്തോഷവും നൽകുമ്പോൾ പരാജയങ്ങൾ നൽകുന്നത് അമൂല്യമായ പാഠ ങ്ങളാണ്. പരാജയപ്പെട്ട ഇന്റർവ്യൂ ലോകാവസാനമല്ലെന്നും, അതിനപ്പുറത്തും അവസരങ്ങളുണ്ടെന്നു മുള്ള ബോദ്ധ്യത്തോടെ മുന്നോട്ടു പോവുക. തിരഞ്ഞെടുപ്പ് പ്രക്രിയയിലെ ഒരു പ്രധാന ഘടകമാണ് ഇന്റർവ്യൂ. ഇത് വിജയകരമായി മറികടക്കുവാൻ ശുഭപ്രതീക്ഷ മാത്രം പോരാ. നല്ല തയ്യാറെടുപ്പും, ശരിയായ മാർ ഗ്ഗനിർദ്ദേശവും ആവശ്യമാണ്. എല്ലാവരും മികച്ചവരാകുമ്പോൾ കൂടുതൽ മികച്ചവർ തിരഞ്ഞെടുക്കപ്പെടുന്നു.

ഇന്റർവ്യൂ ദിവസം ശ്രദ്ധിക്കേണ്ടവ:

1. ഇന്റർവ്യൂ നിശ്ചയിച്ചിരിക്കുന്ന സ്ഥലത്ത് അല്പം മുൻകൂട്ടി എത്തുക. നിശ്ചിത സമയത്ത് കൃത്യമായി എത്തിയാൽ മതി എന്ന ധാരണയിൽ പുറപ്പെട്ടാൽ, അപ്രതീക്ഷിത തടസ്സങ്ങൾ നേരിടുമ്പോൾ വൈകാൻ സാദ്ധ്യതയുണ്ട്. വൈകിയെത്തുന്നത് ഒട്ടും ശരിയല്ല.

2. ആവശ്യപ്പെട്ടിട്ടില്ലെങ്കിൽ പോലും നിങ്ങളുടെ ബയോഡാറ്റ/ സി.വി.യുടെ ഒരു പകർപ്പും പേനയും കൈയിൽ കരുതുക.

3. വസ്ത്രധാരണത്തിൽ അശ്രദ്ധ പുലർത്തരുത്. സന്ദർഭത്തിനനു യോജ്യമായ വസ്ത്രധാരണമായിരിക്കണം. വസ്ത്രധാരണത്തിലെ നിസ്സാര അശ്രദ്ധകൾപോലും പ്രൊഫഷണലിസത്തിന്റെ അഭാവമായി വിലയിരുത്തപ്പെടാൻ സാദ്ധ്യതയുണ്ട്.

4. ചോദ്യങ്ങൾ ശരിയായ രീതിയിൽ മനസ്സിലാക്കിയതിനുശേഷം മാത്രം ഉത്തരം നൽകുക. ചോദ്യം മനസ്സിലായില്ലെങ്കിൽ, വ്യക്തത വരുത്തുവാൻ വിനയപൂർവ്വം അപേക്ഷിക്കുക.

5. ശരീരഭാഷയിൽ പ്രത്യേകം ശ്രദ്ധിക്കുക. അപേക്ഷിച്ച ജോലിയിലുള്ള താത്പര്യം, കഴിവുകൾ തുടങ്ങിയവയെക്കുറിച്ച് സംസാരിക്കുമ്പോൾ ആത്മവിശ്വാസം ശരീരഭാഷയിൽ പ്രകടിപ്പിക്കണം.

6. ഇല്ലാത്ത കഴിവുകൾ, പരിചയം, ഹോബി തുടങ്ങിയവ ഉണ്ടെന്ന് നടിച്ച് അബദ്ധത്തിൽ ചെന്ന് ചാടാതിരിക്കുക.

7. ഒരിക്കലും മുൻപ് ജോലി ചെയ്ത സ്ഥാപനത്തെക്കുറിച്ചോ, മേലധികാരികളെ കുറിച്ചോ കുറ്റം പറയാതിരിക്കുക. സ്വന്തം ഉത്തരവാദിത്വത്തിൽനിന്ന് ഒഴിഞ്ഞുമാറാനുള്ള പ്രവണതയായി മാത്രമെ ഇത് വ്യാഖ്യാനിക്കപ്പെടുകയുള്ളൂ.

8. ഇന്റർവ്യൂ നടത്തുന്നവരുമായി ഒരിക്കലും വാഗ്വാദത്തിൽ ഏർപ്പെടാതിരിക്കുക. അഭിപ്രായ വ്യത്യാസം വിനയപൂർവ്വം രേഖപ്പെടുത്തുകയാവാം. പക്ഷേ ഏറ്റുമുട്ടലുകൾ ഒഴിവാക്കുക.

9. സ്വന്തം ശരീരപ്രകൃതിയെക്കുറിച്ചും, പരിഹരിക്കാൻപറ്റാത്ത മറ്റു വൈകല്യങ്ങളെ ക്കുറിച്ചും അമിതമായി വ്യാകുലപ്പെടേണ്ട കാര്യമില്ല. ആകാര അഴകും, ആകൃതിയളവുകളുമല്ല വ്യക്തിത്വം നിശ്ചയിക്കുന്നത്. പേഴ്സണാലിറ്റി എന്നത് ഒരു വ്യക്തിയെ ആൾക്കൂട്ടത്തിൽ വ്യത്യസ്തനാക്കുന്ന ചില ഗുണങ്ങളുടെ സങ്കലനമാണ്. ശരീരത്തിന്റെ ആകൃതിയുമായി അതിനു വലിയ ബന്ധമൊന്നുമില്ല.

10. മിക്കവാറും എല്ലാ ഇന്റർവ്യൂകളിലും പതിവായി ആവർത്തിക്കപ്പെടാനിടയുള്ള ചില ചോദ്യങ്ങളുണ്ട്. താങ്കളെപ്പറ്റിപറയുക, താങ്കൾ ഈ ജോലിക്ക് എത്രമാത്രം അനുയോജ്യനാണ്, ശമ്പളം എത്രയാണ് പ്രതീക്ഷിക്കുന്നത് തുടങ്ങിയവ. ഈ ചോദ്യങ്ങൾക്ക് മുൻകൂട്ടി ഉത്തരം കണ്ടുവെക്കുന്നത് ഉപകാരപ്രദമാകും.

ഇന്റർവ്യൂ ഓൺലൈനിലാകുമ്പോൾ:

കോവിഡ് സൃഷ്ടിച്ച സാമൂഹ്യ അകലം കാരണം പല ഇടപാടുകളും ഓൺലൈനിലേക്ക് മാറുകയാണല്ലോ. റിക്രൂട്ട്മെന്റിന്റെ കാര്യവും വ്യത്യസ്തമല്ല. മുഖാമുഖം ഇന്റർവ്യൂകളുടെ എണ്ണം നന്നെ കുറഞ്ഞി രിക്കുന്നു. തിരഞ്ഞെടുപ്പിന്റെ അവസാനഘട്ടത്തിൽ, ഒഴിച്ചുകൂടാ നാവാത്ത അവസരങ്ങളിൽ മാത്രമാണ് വ്യക്തികളുമായി നേരിട്ടുള്ള ഇന്റർവ്യൂ നടക്കുന്നത്. ഇന്ന് 80 ശതമാനം ഇന്റർവ്യൂകളും ഓൺലൈനായാണ് നടത്തപ്പെടുന്നത്. അതിനാൽതന്നെ ഉദ്യോഗാർ ത്ഥികൾ ഇതിനെക്കുറിച്ച് കൂടുതൽ അറിഞ്ഞിരിക്കേണ്ടതുണ്ട്. ഇന്റർവ്യൂ ഓൺലൈനിലാണ് എന്നതുകൊണ്ടുമാത്രം അതിന്റെ പ്രാധാന്യം ഒട്ടും കുറയുന്നില്ല.

ഇന്റർവ്യൂ ഓൺലൈനിൽ ആകുമ്പോൾ പ്രത്യേകം പരിഗണിക്കേണ്ട കാര്യങ്ങൾ ഇവയാണ്:

1. ഇന്റർവ്യൂവിനു ഉദ്യോഗാർഥി ഉപയോഗിക്കുന്ന സാങ്കേതിക സംവിധാനങ്ങൾ കുറ്റമറ്റതാണെന്ന് ഉറപ്പുവരുത്തണം. ഇന്റർവ്യൂവിന് മദ്ധ്യേ സംഭവിച്ചേക്കാവുന്ന തടസ്സങ്ങൾ ഒഴിവാക്കു വാൻ ഇത് സഹായിക്കും. ഇന്റർവ്യൂവിന് ഉപയോഗിക്കുന്ന ഡിജിറ്റൽ പ്ലാറ്റ്ഫോമുമായി പരിചയപ്പെടുക. മീറ്റിങ്ങ് ലിങ്കും, ഏക്സസ് കോഡും കിട്ടി എന്ന് മുൻകൂട്ടി ഉറപ്പിക്കുക.

2. അഭിമുഖ പരീക്ഷ നടത്താനുള്ള സ്ഥലം ശ്രദ്ധാപൂർവ്വം തിരഞ്ഞെടുക്കുക. അടച്ചിടാൻ പറ്റുന്ന ഒരു മുറിയാണ് നല്ലത്. മറ്റ് ശബ്ദശല്യങ്ങളും ബാഹ്യ ഇടപെടലുകളുമില്ലാത്ത ഒരു അന്തരീക്ഷമാണ് തിരഞ്ഞെടുക്കേണ്ടത്. വീട്ടിലാണ് നടക്കുന്ന തെങ്കിൽ മറ്റു കുടുംബാംഗങ്ങളോട് കാര്യത്തിന്റെ ഗൗരവം പറഞ്ഞു മനസ്സിലാക്കി ഇക്കാര്യത്തിൽ അവരുടെ സഹകരണം ഉറപ്പാക്കുക.

3. ക്യാമറയിൽ കാണാനിടയുള്ള പശ്ചാത്തലം ഒരുക്കുന്നതിൽ ശ്രദ്ധിക്കുക. ഇത് കഴിയുന്നത്ര പ്രൊഫഷണലായിരിക്കണം. ഇന്റർവ്യൂവിൽ പങ്കെടുക്കുന്നവരുടെ ശ്രദ്ധ വ്യതിചലിപ്പിക്കാനിടയുള്ള വസ്തുക്കൾ, അനുയോജ്യമല്ലാത്ത പടങ്ങൾ തുടങ്ങിയവ പശ്ചാത്തലത്തിൽ ഉൾപ്പെടാതെ സൂക്ഷിക്കുക.

4. വെളിച്ചത്തിന്റെ സ്രോതസ്സ് നിങ്ങളുടെ മുഖത്ത് ശരിയായ അളവിൽ, വെളിച്ചം ലഭിക്കുന്ന തരത്തിൽ ക്രമീകരിക്കുക. ഇന്റർവ്യൂവറുമായി സംസാരിക്കുമ്പോൾ ക്യാമറയിലേക്ക് നോക്കുക. ഹെഡ്ഫോണും, ഇയർ ബഡ്സും ഉപയോഗിക്കുന്നത് പ്രതിധ്വനിയുടെ പ്രശ്നങ്ങൾ ഒഴിവാക്കാൻ സഹായിക്കും.

5. എല്ലാ ഒരുക്കങ്ങളും നടത്തിയതിനുശേഷം ഒരു സുഹൃത്തുമായി ട്രയൽ റൺ നടത്തി, സംവിധാനങ്ങൾ കുറ്റമറ്റതാണെന്ന് ഉറപ്പിക്കുന്നത് ഉദ്യോഗാർത്ഥികളുടെ ആത്മവിശ്വാസം വർദ്ധിപ്പിക്കും.
6. സ്വന്തം വീട്ടിലാണെന്ന് കരുതി ശരീരഭാഷയിൽ ശ്രദ്ധപുലർത്താതിരിക്കരുത്. ക്യാമറയിൽ കാണാൻ സാദ്ധ്യതയില്ലെന്ന് കരുതി ശരീരത്തിന്റെ മുകൾ ഭാഗത്ത് മാത്രം ശരിയായവസ്ത്രധാരണം എന്ന രീതി സ്വീകരിക്കാതിരിക്കുക. പ്രൊഫഷണൽ ഡ്രസ്സിങ്ങ് നിങ്ങളെ മാനസികമായ തയ്യാറെടുപ്പിനും സഹായിക്കും.
7. സാങ്കേതിക തടസ്സങ്ങൾ കാരണം, ചോദ്യങ്ങൾ വ്യക്തമായി കേൾക്കുന്നില്ലെങ്കിൽ ചോദ്യം ആവർത്തിക്കുവാൻ അപേക്ഷിക്കുക. തെറ്റായ ഉത്തരങ്ങൾ നൽകുന്നതിനേക്കാൾ നല്ലത് ഇതാണ്.

എത്രതന്നെ ശ്രദ്ധിച്ചാലും അപ്രതീക്ഷിതമായ ബാഹ്യഘടകങ്ങൾ പലപ്പോഴും തടസ്സങ്ങൾക്ക് കാരണമാകാറുണ്ട്. പക്ഷേ സ്വയം തിരിച്ചറിയാവുന്നതും, അശ്രദ്ധകൊണ്ട് കാണാതെ പോയതുമായ കാരണങ്ങൾകൊണ്ട് തടസ്സങ്ങൾ നേരിടാതിരിക്കുവാൻ, മേൽപ്പറഞ്ഞ മുൻകരുതലുകൾ സഹായിക്കും.

എല്ലാവരും എല്ലായ്പ്പോഴും എല്ലാ കാര്യത്തിലും വിജയിക്കുന്നില്ല. അതിനാൽ പരാജയങ്ങളിൽ പരിഭ്രമിക്കാതെ പരിശ്രമങ്ങൾ തുടരുകയാണ് വേണ്ടത്. ഇന്റർവ്യൂ കഴിയുന്നതുവരെ വിജയം സുനിശ്ചിതം എന്ന് ഉറച്ച് വിശ്വസിക്കുക. പക്ഷേ ഇന്റർവ്യൂ കഴിഞ്ഞാൽ പിന്നെ കിട്ടിയാൽ കിട്ടി ഇല്ലെങ്കിൽ പോട്ടെ എന്ന മനോഭാവം സ്വീകരിക്കുന്ന താണ് ഉചിതം. പരാജയപ്പെടുന്നതിലല്ല കാര്യം. ഓരോ വീഴ്ചയിൽ നിന്നും ഉയിർത്തെഴുന്നേറ്റ് എത്ര വേഗത്തിൽ പരിശ്രമങ്ങൾ തുടരാൻ പറ്റുന്നു എന്നതിനാണ് പ്രാധാന്യം.

കരിയറിന്റെ അവസാനംവരെ ഒരേ ജോലിയിൽ തുടരുക എന്ന പരമ്പരാഗത രീതി ഇന്ന് അതിവേഗം അപ്രത്യക്ഷമായിക്കൊണ്ടിരിക്കുകയാണ്. അടുത്ത കാലത്ത് നടന്ന ഒരു പഠനം സൂചിപ്പിക്കുന്നത്, 2006ന് ശേഷം ജോലിയിൽ ചേരുന്നവർ അവരുടെ 60 വയസ്സിനിടയിൽ 11 തവണ ജോലി മാറ്റുന്നുണ്ടെന്നാണ്. ഇന്റർവ്യൂവിന്റെ പ്രധാന്യം കരിയർ കാലഘട്ടം തീരുന്നതുവരെ അവസാനിക്കുന്നില്ല എന്നതാണ് ഇത് സൂചിപ്പിക്കുന്നത്. കാലം മാറുന്നതിനനുസരിച്ച് ഇന്റർവ്യൂവിന്റെ രൂപത്തിലും ഘടനയിലും എല്ലാം മാറ്റങ്ങൾ സംഭവിച്ചുകൊണ്ടിരിക്കും. ഈ മാറ്റങ്ങൾ ഉൾക്കൊണ്ട് തയ്യാറെടുപ്പിലും മാറ്റങ്ങൾ വരുത്തി മുന്നോട്ടു പോവുകയാണ് വേണ്ടത്.

ഗ്രൂപ്പ് ഡിസ്കഷൻ (പങ്കാളിത്താധിഷ്ഠിത ചർച്ച)

"അറിവ് വർദ്ധിക്കുമ്പോൾ അഹന്ത കുറയുകയും,
അറിവ് കുറയുമ്പോൾ അഹന്ത വർദ്ധിക്കുകയും ചെയ്യുന്നു"
- ആൽബർട്ട് ഐൻസ്റ്റീൻ

തൊഴിലിടങ്ങളിൽ ടീം വർക്കിന്റെ പ്രാധാന്യം പ്രതിദിനം വർദ്ധിച്ചു കൊണ്ടിരിക്കുന്നു. വ്യക്തിപരമായി എത്ര കഴിവുറ്റവരായിരുന്നാലും ഈ കഴിവുകൾ പ്രവൃത്തിപഥത്തിൽ പ്രതിഫലിപ്പിക്കണമെങ്കിൽ സഹപ്രവർത്തകരുടെ സഹകരണം കൂടിയേ കഴിയൂ. ജീവനക്കാർ ക്കിടയിൽ ഐക്യവും, കൂട്ടുത്തരവാദിത്വവുമില്ലെങ്കിൽ ഒരു സ്ഥാപനത്തിനും അതിന്റെ ലക്ഷ്യം കൈവരിക്കാൻ പറ്റില്ല. സാഹചര്യങ്ങളുമായി ഇണങ്ങിച്ചേരാൻ കഴിവില്ലാത്ത വ്യക്തികൾ ഏതു തൊഴിലിടങ്ങളിലും അധികപ്പറ്റായിരിക്കും. ഈ സാഹചര്യത്തിലാണ് ജീവനക്കാരെ തിരഞ്ഞെടുക്കുന്ന പ്രക്രിയയിൽ ഗ്രൂപ്പ് ഡിസ്കഷന്റെ പ്രാധാന്യം വർദ്ധിക്കുന്നത്. ഇന്ന് പല സ്ഥാപനങ്ങളും ജീവനക്കാരെ നിയമിക്കുന്ന പ്രക്രിയയിൽ ഇന്റർവ്യൂവിനേക്കാൾ പ്രാധാന്യം ഗ്രൂപ്പ് ചർച്ചയ്ക്കാണ് നൽകുന്നത്. ജോലിക്കുള്ള തിരഞ്ഞെടുപ്പിൽ മാത്രമല്ല, പല മികച്ച ഉപരിപഠന കോഴ്സുകളിലേക്ക് പ്രവേശനം നിർണ്ണയിക്കാനും, ഗ്രൂപ്പ് ചർച്ച ഒരു പ്രധാന തിരഞ്ഞെടുപ്പ് രീതിയായി ഉപയോഗപ്പെടുത്തുന്നു.

എന്താണ് ഗ്രൂപ്പ് ഡിസ്കഷൻ (GD):

ഏതാനും വ്യക്തികൾ ഒരു ഗ്രൂപ്പായി ഇരുന്ന് ഏതെങ്കിലും വിഷയത്തെക്കുറിച്ച് നിശ്ചിത സമയപരിധിക്കുള്ളിൽ ചർച്ച ചെയ്യുകയും വിധികർത്താക്കൾ അവരെ ശ്രദ്ധാപൂർവ്വം നിരീക്ഷിച്ച് വിലയിരുത്തുകയും ചെയ്യുന്ന ഒരു പ്രക്രിയയാണ് ഗ്രൂപ്പ് ചർച്ച. ഇതിൽ പങ്കെടുക്കുന്നവരുടെ എണ്ണം ചർച്ചയുടെ ലക്ഷ്യവും, മറ്റു സാഹചര്യങ്ങളുമനുസരിച്ച് വ്യത്യസ്തമായിരിക്കും. സാധാരണഗതിയിൽ അഞ്ചു മുതൽ പത്ത് പേർ വരെയാണ് ഉണ്ടാകാറുള്ളത്. എണ്ണം വർദ്ധിക്കുന്തോറും അംഗങ്ങളുടെ പങ്കാളിത്തം കുറയുവാനുള്ള സാദ്ധ്യതയുണ്ട്. അതേപോലെതന്നെ എണ്ണം തീരെ കുറഞ്ഞാൽ അഭിപ്രായ വൈവിദ്ധ്യങ്ങൾ കുറയുവാനും സാദ്ധ്യതകളുണ്ട്.

സാധാരണയായി ചർച്ച നയിക്കുവാനായി ആരും നിയോഗിക്കപ്പെടുന്നില്ല. ചർച്ച പുരോഗമിക്കുമ്പോൾ ഏതെങ്കിലും ഒരംഗം നേതാവായി ഉരുത്തിരിയുകയാണ് പതിവ്. വിധികർത്താക്കൾ യാതൊരുതരത്തിലും ചർച്ചയിൽ ഇടപെടാറില്ല. ബാഹ്യ പ്രേരണ കളില്ലാതെ തന്നെ സ്വയം അച്ചടക്കം പാലിക്കുകയും, അത് നടപ്പി ലാക്കുകയും ചെയ്യുന്നവരാണ് കൂടുതൽ ശ്രദ്ധിക്കപ്പെടുന്നത്.

വിധികർത്താക്കൾ മാറിനിന്ന് ഓരോ അംഗത്തിന്റെയും വ്യക്തിത്വത്തിലെ സവിശേഷതകൾ വിലയിരുത്തുകയും മാർക്കിടുകയും ചെയ്യുന്നു. കൂടുതൽ സംസാരിക്കുന്നവരെക്കാൾ കൂടുതൽ പേർ ആരോടാണോ സംസാരിക്കുന്നത് അവരാണ് വിധികർത്താക്കളുടെ ശ്രദ്ധയാകർഷിക്കുന്നത്. ഇനി വല്ല അംഗങ്ങളും സ്വയം ചർച്ച കയ്യിലെടുത്ത് ബാക്കിയുള്ളവർക്ക് അവസരം നൽകാതെ മുന്നോട്ട് പോയാൽ മര്യാദയുടെ ഭാഷയിൽ അതിന് തടയിടേണ്ട ചുമതല മറ്റംഗങ്ങൾക്കുണ്ട്. ചർച്ചയെ സുഗമമായി മുന്നോട്ടു കൊണ്ടുപോകാൻ ശ്രമിക്കുന്നവരെ തന്ത്രജ്ഞതയും, നേതൃപാടവവും ഉള്ളവരായി കണക്കാക്കുന്നു.

ചർച്ചക്കുള്ള വിഷയം എന്തുമാകാം. സാധാരണഗതിയിൽ കാലിക പ്രാധാന്യമുള്ള ഏതെങ്കിലും വിഷയമാണ് നൽകാറുള്ളത്. ചിലപ്പോൾ അത് നിങ്ങൾ ജോലി തേടുന്ന മേഖലയിലെ ഏതെങ്കിലും പ്രത്യേക പ്രശ്നങ്ങളുമായിരിക്കാം. അപേക്ഷിക്കുന്ന തസ്തികയുടെ പ്രാധാന്യമനുസരിച്ച് വിഷയത്തിന്റെ ഗൗരവവും വർദ്ധിക്കുന്നതായാണ് കണ്ടുവരുന്നത്. ചില സന്ദർഭങ്ങളിൽ വിഷയം അനുവദിച്ചതിനുശേഷം ഒരു നിശ്ചിത സമയം അതേപ്പറ്റി ചിന്തിക്കുവാനും തയ്യാറെടുപ്പിനുമായി നൽകാറുണ്ട്.

ജി.ഡി.യിൽ പരിശോധിക്കപ്പെടുന്ന പ്രധാന കഴിവുകൾ:

പലപ്പോഴും ജി.ഡി.യാണ് ഒരു വ്യക്തിയുടെ സ്വഭാവ വിശേഷങ്ങൾ കണ്ടെത്തുവാൻ എഴുത്തുപരീക്ഷയേയും ഇന്റർവ്യൂവിനേയുംക്കാൾ കൂടുതൽ പ്രയോജനം നൽകുന്നത്. ചുരുങ്ങിയ സമയം കൊണ്ട് കൂടുതൽ വസ്തുതകൾ മനസ്സിലാക്കാൻ ഗ്രൂപ്പ് ചർച്ച സഹായിക്കുന്നു. ഗ്രൂപ്പ് ചർച്ച യിൽ സാധാരണയായി വിലയിരുത്തപ്പെടുന്ന സുപ്രധാന കഴിവുകൾ ഇവയാണ്.

1. ആശയവിനിമയശേഷി: വിഷയം അറിഞ്ഞിരുന്നാൽ മാത്രം പോരാ. അവ വേണ്ടവിധത്തിൽ ഫലപ്രദമായി പങ്കുവെയ്ക്കാനുള്ള കഴിവ്, തെളിഞ്ഞ ചിന്ത, ഭാഷാസ്വാധീനം, ശ്രദ്ധിച്ച് കേൾക്കുവാനുള്ള കഴിവ്, ലളിതമായ അവതരണം എന്നിവ യെല്ലാം ഇതിലുൾപ്പെടുന്നു.
2. നേതൃപാടവം: ചർച്ചയ്ക്ക് തുടക്കം കുറിക്കുക, ചർച്ചയിൽ ഉരുത്തിരിഞ്ഞു വരുന്ന അഭിപ്രായങ്ങളെ ക്രോഡീകരിക്കുക, മടിച്ചു നിൽക്കുന്നവരെ പ്രോത്സാഹിപ്പിക്കുക, ചർച്ച അപ്രസ ക്തമായ കാര്യങ്ങളിലേക്ക് വഴുതുമ്പോൾ പിന്തിരിപ്പിക്കുക തുടങ്ങിയവ നേതൃഗുണത്തിന്റെ ലക്ഷണങ്ങളായി കണക്കാക്കപ്പെടുന്നു.
3. മറ്റ് അംഗങ്ങളുമായി ഇണങ്ങിച്ചേരാനുള്ള കഴിവ് - മറ്റ് അംഗങ്ങളുമായി അനായാസം ഇടപെടാനും, ഇഴചേർന്ന് പ്രവർത്തിക്കാനുമുള്ള കഴിവ് പ്രദർശിപ്പിക്കുന്നവരെ ആരോഗ്യകരമായ വ്യക്തി ബന്ധങ്ങൾ സൃഷ്ടിക്കുവാനും, നിലനിർത്തുവാനും കഴിവുള്ളവരായി വിലയിരുത്തപ്പെടുന്നു.
4. പ്രേരണാശക്തി: വിഷയത്തെ കാര്യകാരണസഹിതം വിശകലനം ചെയ്ത് ഫലപ്രദമായി അവതരിപ്പിക്കുന്നതിലൂടെ മറ്റുള്ളവരെ സ്വന്തം കാഴ്ചപ്പാടുകളിലേക്ക് ആകർഷിക്കു വാനുള്ള കഴിവ്.
5. വിഷയത്തെക്കുറിച്ചുള്ള വിജ്ഞാനം: നൽകിയിരിക്കുന്ന വിഷയത്തിൽ അംഗങ്ങൾക്കുള്ള അറിവിന്റെ വ്യാപ്തി, ആഴം, ആശയ സമ്പത്ത്, മറ്റുള്ളവരിൽ നിന്നും വ്യത്യസ്തമായി ചിന്തിക്കാനുള്ള കഴിവ് തുടങ്ങിയവയെല്ലാം ഇതിൽ ഉൾപ്പെടുന്നു.
6. തന്മയീഭാവം (Compassion): മറ്റൊരാളുടെ വീക്ഷണകോണിലൂടെ കാര്യങ്ങൾ നോക്കിക്കാണുവാനുള്ള കഴിവാണ് തന്മയീഭാവം. മുൻവിധികളില്ലാതെ മറ്റുള്ളവരുടെ കാഴ്ചപ്പാടുകൾ ഉൾക്കൊള്ളാനുള്ള സന്നദ്ധതയാണ് ഇവിടെ പരിശോധിക്കപ്പെടുന്നത്.

തയ്യാറെടുപ്പ് എങ്ങനെ?

ഗ്രൂപ്പ് ചർച്ചയിൽ വിജയിക്കണമെങ്കിൽ ആസൂത്രിതമായ തയ്യാറെടുപ്പും, ചിട്ടയായ പരിശീലനവും ആവശ്യമാണ്. മേൽ ഖണ്ഡിക യിൽ സൂചിപ്പിച്ച കഴിവുകൾ വർദ്ധിപ്പിക്കുവാനാണ് ശ്രമിക്കേണ്ടത്. ആദ്യ ശ്രമത്തിൽ തന്നെ വിജയം കൈവരിക്കുക എന്നുള്ളത് അപൂർവ്വ മാണ്. അനുഭവങ്ങളിൽ നിന്ന് പാഠം പഠിച്ച് മുന്നോട്ട് പോവുകയാണ് വേണ്ടത്. ഇക്കാര്യത്തിൽ പരിചയസമ്പന്നരായവരിൽനിന്ന് അഭി പ്രായങ്ങളും ഉപദേശങ്ങളും ആരായുക. ആനു കാലിക പ്രാധാന്യമുള്ള വിഷയങ്ങളെക്കുറിച്ച് വിവരങ്ങൾ ശേഖരിക്കുകയും, നോട്ട് തയ്യാറാക്കി വെയ്ക്കുകയും ചെയ്യുക. വർഷ ങ്ങളോളം നേടിയ അറിവും, ആഴത്തിലുള്ള വിശകലനശേഷിയും, പരന്ന വായനയുമെല്ലാമാണ് ഗ്രൂപ്പ് ചർച്ചയിൽ പലപ്പോഴും സഹായകമാകുന്നത്. ഭാഷാ നൈപുണ്യം നേടുകയും, പദ സമ്പത്ത് വർദ്ധിപ്പിക്കുകയും ചെയ്യുന്നതിലൂടെ ആശയവിനിമയശേഷി ശക്തിപ്പെടുത്താം. അതിനാൽ ഈ കാര്യങ്ങളിൽ വിദ്യാഭ്യാസ ഘട്ട ത്തിൽ തന്നെ ശ്രദ്ധചെലുത്തുകയും, വിട്ടുവീഴ്ചയില്ലാതെ പരിശ്രമങ്ങൾ തുടരുകയും ചെയ്യുക.

ഗ്രൂപ്പ് ചർച്ച നടക്കുന്ന സമയത്ത് വിധികർത്താക്കൾ നേരിട്ടിട പെടാറില്ലെങ്കിലും പങ്കെടുക്കുന്നവരെ സൂക്ഷ്മമായി നിരീക്ഷി ക്കുന്നു എന്ന കാര്യം വിസ്മരിക്കരുത്. ഉദ്യോഗാർത്ഥികളുടെ ഒരോ ചലനവും വിധികർത്താക്കളുടെ വിലയിരുത്തലിനെ ബാധിച്ചേക്കാം. ചർച്ചയിൽ പങ്കെടുക്കുമ്പോൾ ചെയ്യേണ്ടതും, ചെയ്യരുതാത്തവയുമായ (Do's and Don'ts) ചില കാര്യങ്ങളുണ്ട്.

ചെയ്യേണ്ടവ (Dos)

1. സ്വന്തം ശരീരഭാഷയെക്കുറിച്ച് ബോധവാന്മാരായിരിക്കുക. ഇരു ത്തത്തിന്റെ രീതിയിൽ നിന്നു പോലും വിധികർത്താക്കൾ ചില അനുമാനങ്ങൾ നടത്താറുണ്ട്. ശരീരഭാഷയിൽ ഊർജ്ജ സ്വലത പ്രകടിപ്പിക്കുമ്പോൾ തന്നെ അത് ആക്രമണോത്സുകത യിലേക്ക് വഴുതി പോകരുത്. പങ്കെടുക്കുന്ന എല്ലാവരുടെയും മുഖത്ത് മാറിമാറി നോക്കികൊണ്ട് സംസാരിക്കുക.
2. സന്തോഷപൂർവ്വം സംസാരിക്കുകയും മറ്റ് അംഗങ്ങളുടെ ആശയ ങ്ങളെ ബഹുമാനിക്കുകയും ചെയ്യുക.
3. മറ്റുള്ളവർ പറയുന്നത് ശ്രദ്ധിച്ച് കേൾക്കുക. വീക്ഷണങ്ങൾ വ്യത്യസ്തമായിരിക്കാം. അതുകൊണ്ടുമാത്രം അവ തെറ്റായി കൊള്ളണമെന്നില്ല.

4. മറ്റുള്ളവർക്ക് വ്യക്തമായി കേൾക്കാവുന്ന ശബ്ദത്തിൽ സംസാരിക്കുക.

5. ലളിതവും സഭ്യവുമായ ഭാഷ ഉപയോഗിക്കുക. അവസരത്തിന് യോജിച്ച തെറ്റില്ലാത്ത പദപ്രയോഗങ്ങളാണ് ആവശ്യം.

6. സംസാരത്തിലെ വേഗത ശ്രോതാക്കൾക്ക് മനസ്സിലാക്കുവാൻ പറ്റിയ തരത്തിൽ നിയന്ത്രിക്കുക. ശബ്ദം സന്ദർഭോചിതമായി കൂട്ടിയും കുറച്ചും (Voice Modulation) ശ്രോതാക്കളെ ആകർഷിക്കുവാൻ ശ്രമിക്കുക.

7. ചർച്ചാ സമയത്ത് പേനയും കടലാസും കൈയിൽ കരുതുക.

ചെയ്യരുതാത്തവ (Don'ts)

1. വിയോജിപ്പ് പ്രകടിപ്പിക്കേണ്ട അവസരങ്ങളിൽ അക്ഷമ കാണിക്കുകയോ വിനയം കൈവിടുകയോ ചെയ്യരുത്.

2. യുക്തിപരമായി ന്യായീകരിക്കാൻ പറ്റാത്ത അവസരങ്ങളിൽ അനാവശ്യമായ വാഗ്വാദങ്ങളിൽ ഏർപ്പെടാതിരിക്കുക.

3. ഒരിക്കലും മറ്റ് അംഗങ്ങളെ അപമാനിക്കുവാനോ, താഴ്ത്തിക്കെട്ടാനോ ശ്രമിക്കരുത്.

4. പ്രകോപനപരമായ ആംഗ്യങ്ങളും ഭാഷയും ഒഴിവാക്കുക.

5. സ്വന്തം അനുഭവങ്ങൾക്ക് പ്രാധാന്യം കൊടുത്ത് അവയിൽ നിന്ന് മാത്രം ഉദ്ധരിക്കാതിരിക്കുക.

6. ചർച്ചയിലുടനീളം വൈകാരിക സന്തുലനം നഷ്ടപ്പെടാതെ സൂക്ഷിക്കുക. ഒരിക്കലും ശാന്തത കൈവിടാതിരിക്കുക.

7. ശ്രോതാക്കളുടെ പ്രതികരണം അവഗണിക്കുകയോ, ദുർവ്യാഖ്യാനം ചെയ്യുകയോ പാടില്ല.

8. സ്വന്തം പാണ്ഡിത്യം പ്രകടിപ്പിക്കുവാൻ മാത്രമായി ആർക്കും മനസ്സിലാകാത്ത കഠിന പദങ്ങളോ, ആശയങ്ങളോ ഉപയോഗിക്കാതിരിക്കുക.

9. ഗ്രൂപ്പിനനുവദിച്ച സമയം ഒറ്റയ്ക്ക് ഉപയോഗിക്കാതിരിക്കുക.

10. തണുപ്പൻ പ്രതികരണവും, അയഞ്ഞ സമീപനവും ഒഴിവാക്കുക.

മറ്റുള്ളവരുടെ അഭിപ്രായങ്ങളെ സമന്വയിപ്പിച്ചും, സമരസപ്പെടുത്തിയും ചർച്ച മുൻപോട്ട് നയിക്കുന്നവരാണ് പലപ്പോഴും മുൻനിരയിലെത്തുന്നത്. ചർച്ചയിൽ പങ്കാളിത്തമാണ് പ്രധാനം. തീരെ പങ്കെടുക്കാത്തവർക്ക് ലഭിക്കുന്ന മാർക്ക് പൂജ്യമായിരിക്കും.

കോർപ്പറേറ്റ് മേഖലയിൽ ടീം വർക്കിന്റെ പ്രാധാന്യം വർദ്ധിക്കുന്നതിനനുസരിച്ച് ഉദ്യോഗാർത്ഥികളെ തിരഞ്ഞെടുക്കുന്നതിലും, ഉന്നത വിദ്യാഭ്യാസത്തിനുള്ള പ്രവേശന പ്രക്രിയയിലുമെല്ലാം ഗ്രൂപ്പ് ചർച്ചയുടെ പ്രാധാന്യം വർദ്ധിച്ചുകൊണ്ടേയിരിക്കും. ഈ യാഥാർഥ്യം മുൻകൂട്ടി കണ്ട് അതിനുള്ള തയ്യാറെടുപ്പുകൾ കാലേ കൂട്ടി നടത്തുക എന്നതാണ് ഗ്രൂപ്പ് ചർച്ച എന്ന കടമ്പ സുഗമമായി തരണം ചെയ്യാനുള്ള മാർഗ്ഗം.

സമയമെന്ന സമസ്യയെ മെരുക്കാൻ -ടൈം മാനേജ്മെന്റ്

"നഷ്ടപ്പെട്ട സമ്പത്ത് കഠിനാദ്ധ്വാനത്തിലൂടെ തിരിച്ചെടുക്കാം, നഷ്ടപ്പെട്ട വിജ്ഞാനം പഠനത്തിലൂടെ നേടിയെടുക്കാം, നഷ്ടപ്പെട്ടആരോഗ്യം ചികിത്സകൊണ്ട് തിരിച്ചുപിടിക്കാം, എന്നാൽ നഷ്ടപ്പെട്ട സമയം എന്നന്നേക്കുമായി നഷ്ടപ്പെട്ടതാണ്"

സാമുവൽ സ്മൈൽസ്

ജീവിതം നിർമ്മിക്കപ്പെട്ടിരിക്കുന്നത് സമയം കൊണ്ടാണ്. ഏത് രംഗത്തായിരുന്നാലും, സമയത്തിന്റെ വിവേചനപൂർവ്വമായ ഉപയോഗമാണ് വ്യക്തികളുടെയും, സ്ഥാപനങ്ങളുടെയുമെല്ലാം വിജയ പരാജയങ്ങൾ നിർണ്ണയിക്കുന്നത്. വിജയിക്കുന്നവർക്കും പരാജയപ്പെടുന്നവർക്കുമെല്ലാം സമയത്തിന്റെ ലഭ്യത ഒരേ അളവിലാണ്. മറ്റ് വിഭവങ്ങളുടെ കാര്യത്തിലൊന്നും പ്രകൃതി കാണിച്ചിട്ടില്ലാത്ത ഒരു പ്രത്യേക സമഭാവന സമയത്തിന്റെ കാര്യത്തിൽ സ്വീകരിച്ചിരിക്കുന്നതായി കാണാം.

ആഴ്ചയിൽ 168 മണിക്കൂറാണ് എല്ലാവർക്കും ലഭിക്കുന്നത്. ഇതിൽ ഒട്ടും വ്യത്യാസം വരുന്നില്ല. ഈ 168 മണിക്കൂറിൽ ഏതാണ്ട് 56 മണിക്കൂർ ഉറക്കത്തിന് ചെലവഴിക്കേണ്ടി വരുന്നു. മറ്റ് നിത്യ കർമ്മങ്ങൾക്കായി 12 മണിക്കൂറും മാറ്റിവയ്ക്കാം. ഇത് അൽപ സ്വൽപം വ്യത്യാസങ്ങളോടെ എല്ലാവർക്കും ഏതാണ്ട് ഒരുപോലെയായിരിക്കാം. ഈ ആവശ്യങ്ങൾ കഴിഞ്ഞ് ഒരാഴ്ചയിൽ മിച്ചംവരുന്ന 100 മണിക്കൂർ എങ്ങനെ

ചെലവഴിക്കുന്നു എന്നതിലാണ് വൻതോതിലുള്ള വ്യത്യസ്തതകൾ കണ്ടുവരുന്നത്. ഈ 100 മണിക്കൂറിന്റെ വിനിയോഗമാണ് വിജയവും പരാജയവും നിർണ്ണയിക്കുന്നത്.

സമയത്തിന്റെ ഗതിവേഗം നമ്മുടെ നിയന്ത്രണത്തിലല്ല. അതിന്റെ വിനിയോഗം എങ്ങനെയായിരിക്കണം എന്ന കാര്യത്തിൽ മാത്രമേ നമുക്ക് നിയന്ത്രണമുള്ളൂ. സമയത്തിന്റെ അനിയന്ത്രിതമായ താളത്തിനനുസരിച്ച് നമ്മുടെ പ്രവൃത്തികൾ ക്രമീകരിക്കുവാൻ മാത്രമേ നമുക്ക് കഴിയൂ. ഈ ക്രമീകരണത്തിൽ പുലർത്തുന്ന അച്ചടക്കമാണ് ഫലപ്രാപ്തിയുടെ അളവ് നിർണ്ണയിക്കുന്നത്.

സമയത്തിന്റെ ശരിയായ വിനിയോഗവും, വിജയ സാധ്യതകളും തമ്മിലുള്ള അഭേദ്യമായ ബന്ധം ബൃഹത്തായ പല ഗവേഷണങ്ങളിലും സംശയാതീതമായി തെളിയിക്കപ്പെട്ടിട്ടുള്ളതാണ്.

സമയം എന്ന അമൂല്യ വിഭവം അസാധാരണമായ ഒരു ക്രയ വസ്തുവാണ്. ഇതിന് മറ്റ് വിഭവങ്ങളിൽനിന്നും വ്യത്യസ്തമായ പല സവിശേഷതകളുമുണ്ട്. മറ്റു വിഭവങ്ങളെപ്പോലെ സമയം എന്ന പ്രകൃതി വിഭവം ഭാവി ഉപയോഗത്തിനായി സൂക്ഷിച്ചുവെയ്ക്കാൻ പറ്റുന്നില്ല. ഉപയോഗിക്കപ്പെടാതെ പോകുന്ന സമയം ആ നിമിഷം തന്നെ അപ്രത്യക്ഷമാകുന്നു. ഒരു സാഹചര്യത്തിലും അത് പുനർ നിർമ്മിതിക്കു വഴങ്ങുന്നില്ല. മറ്റൊരു പ്രത്യേകത ലഭിച്ച സമയം എത്ര തന്നെ അശ്രദ്ധമായി വിനിയോഗിച്ചാലും അടുത്ത സുപ്രഭാത ത്തിൽ വേറൊരു 24 മണിക്കൂർ നിങ്ങൾക്ക് ലഭിച്ചിരിക്കും എന്നതാണ്. ഈ പശ്ചാത്തലത്തിൽ, സമയത്തിന്റെ കാര്യത്തിൽ ചെയ്യാൻ പറ്റുന്ന ഒരേയൊരു കാര്യം ലഭിക്കുന്ന സമയത്തെ ശരിയായി വിനിയോഗിക്കുക എന്നത് മാത്രമാണ്. ഇവിടെയാണ് ടൈം മാനേജ്മെന്റിന്റെ പ്രസക്തി.

എന്താണ് ടൈം മാനേജ്മെന്റ്?

സമയം അമൂല്യമായ ഒരു അസംസ്കൃത വിഭവമാണെങ്കിലും, മറ്റു വിഭവങ്ങൾ കൈകാര്യം ചെയ്യുന്നതിൽ കാണിക്കുന്ന ശ്രുഷ്കാന്തി സമയത്തിന്റെ കാര്യത്തിൽ പലരും കാണിക്കാറില്ല. ഉദാഹരണത്തിന് ഒരു മണിക്കൂർ നീണ്ടുനിൽക്കുന്ന മീറ്റിങ്ങ് 5 മിനിറ്റ് വൈകിയാണ് തുടങ്ങുന്നതെങ്കിൽ, സമയത്തിന്റെ 8% ദുർവ്യയം ചെയ്യപ്പെടുന്നു. കോവിഡ് ബിസിനസ് രംഗത്തെ പിടിച്ചുകുലുക്കുകയും, മാറ്റങ്ങളുടെ വേഗത മുൻപൊരിക്കലുമില്ലാത്ത തരത്തിൽ വർദ്ധിക്കുകയും ചെയ്യുമ്പോൾ, ടൈം മാനേജ്മെന്റിന്റെ പ്രസക്തിയും വർദ്ധിക്കുന്നു. വ്യക്തികളായാലും, സ്ഥാപനങ്ങളായാലും ടൈം മാനേജ്മെന്റിന്റെ സഹായമില്ലാതെ സമയത്തെ വരുതിയിലാക്കുക എന്നത് പ്രയാസമാണ്.

സമയത്തെ ഏതെല്ലാം രീതിയിൽ ഏതേത് ദൗത്യങ്ങൾക്കായി ഉപയോഗിക്കാമെന്ന് ആസൂത്രണം ചെയ്യുകയും, ആസൂത്രണം ചെയ്ത പദ്ധതികൾ അച്ചടക്കത്തോടെ നടപ്പിലാക്കി, നിശ്ചയിക്കപ്പെട്ട മൂല്യവർദ്ധന നിശ്ചയിക്കപ്പെട്ട സമയത്തിനുള്ളിൽ കൈവരി ക്കുകയും ചെയ്യുക എന്നതാണ് ടൈം മാനേജ്മെന്റിന്റെ മുഖ്യലക്ഷ്യം. സദാസമയവും പ്രവർത്തനങ്ങളിൽ മുഴുകിയതുകൊണ്ട് മാത്രം കാര്യമില്ല. പ്രവർത്തനങ്ങൾ എന്ത് ഫലം സൃഷ്ടിക്കുന്നുവെന്നും, അത് മൂല്യവർദ്ധനയെ എത്രത്തോളം സഹായിക്കുന്നുവെന്നും കണക്കാക്കിയാണ് ടൈം മാനേജ്മെന്റിന്റെ കാര്യക്ഷമത വിലയിരുത്തപ്പെടുന്നത്. ചുരുക്കിപ്പറഞ്ഞാൽ നിശ്ചയിക്കപ്പെട്ട ദൗത്യങ്ങൾ ശരിയായ രീതിയിൽ, നിശ്ചിത സമയത്ത് ചെയ്ത തീർക്കുന്നതിലൂടെ ലക്ഷ്യം കൈവരിക്കാനുള്ള ഒരു പ്രക്രിയയാണ് ടൈം മാനേജ്മെന്റ്. ഏതു മാനേജ്മെന്റ് പ്രക്രിയയുടെയും ലക്ഷ്യം ഉൽപാദനക്ഷമത കൂട്ടുക എന്നതായിരിക്കും. ടൈം മാനേജ്മെന്റിന്റെ കാര്യത്തിലും ഇത് വിഭിന്നമല്ല. സമയത്തിന്റെ ശരിയായ വിനിയോഗത്തിലൂടെ സ്ഥാപനങ്ങളുടെയും വ്യക്തികളുടെയും ഉല്പാദനക്ഷമത വർദ്ധിപ്പിക്കുക എന്നുള്ളതുതന്നെയാണ് ടൈം മാനേജ് മെന്റിന്റെയും ലക്ഷ്യം.

തികഞ്ഞ യാഥാർത്ഥ്യബോധത്തോടെയുള്ള ആസൂത്രണമാണ് ടൈം മാനേജ്മെന്റിന്റെ ആദ്യപടി. ഇപ്പോൾ എങ്ങനെയാണ് സമയം ചെലവഴിക്കപ്പെടുന്നത് എന്ന് വ്യക്തമായി മനസ്സിലാക്കി വേണം ആസൂത്രണം ആരംഭിക്കുവാൻ. ചെയ്തുതീർക്കേണ്ട ദൗത്യങ്ങൾ ഏതൊക്കെയാണെന്ന് കണ്ടെത്തി അവയുടെ പ്രാധാന്യമനുസരിച്ച് മുൻഗണനാക്രമം നിശ്ചയിക്കുക എന്നുള്ളതും ആസൂത്രണത്തിൽ ഉൾപ്പെടുത്തണം. അടുത്തതായി ചെയ്യേണ്ടത് ആസൂത്രണം ചെയ്ത പദ്ധതി നടപ്പിൽ വരുത്താനുള്ള ഒരു ആക്ഷൻ പ്ലാൻ ഉണ്ടാക്കുക എന്നുള്ളതാണ്. ആസൂത്രണ പ്രകാരം വിഭാവനം ചെയ്തിട്ടുള്ള കാര്യങ്ങൾ അച്ചടക്കത്തോടെ നടപ്പിൽ വരുത്താനുതകുന്നതായിരിക്കണം ഈ കർമ്മപദ്ധതി. ഈ പദ്ധതി തികഞ്ഞ ആത്മാർഥതയോടെ കുറ്റമറ്റ രീതിയിൽ നടപ്പിലാക്കുക എന്നതാണ് അടുത്തപടി.

നിർവ്വഹണ ഘട്ടത്തിൽ പല പ്രതിസന്ധികൾ നേരിടാനിടയുണ്ട്. ഇതിൽ ഏറ്റവും അപകടകാരി, നീട്ടിവെക്കാനുള്ള പ്രവണതയാണ്. അതിനാൽ ആസൂത്രണത്തിൽ നിശ്ചയിക്കപ്പെട്ട മുൻഗണനാക്രമത്തിൽ നിന്ന് വ്യതിചലിക്കാതിരിക്കുവാൻ പ്രത്യേകം ശ്രദ്ധിക്കണം. പ്രാധാന്യമേറിയ കാര്യങ്ങൾ അകാരണമായി നീട്ടിവെയ്ക്കുന്നത് ഗുരുതരമായ പ്രത്യാഘാതങ്ങൾ സൃഷ്ടിച്ചേക്കാം. ഇത് ആസൂത്രണത്തിന്റെ അന്തഃസത്ത തന്നെ ചോർത്തിക്കളയുന്നു. മാത്രമല്ല, ദൗത്യങ്ങൾ നീട്ടി വെക്കുമ്പോൾ അവ കൂടുതൽ സങ്കീർണ്ണമാകുകയും, പലപ്പോഴും

അസാദ്ധ്യമായി തീരുകയും ചെയ്യുന്നു. നിർവ്വഹണം പിഴയ്ക്കുമ്പോൾ ആസൂത്രണവും പിഴയ്ക്കും, പ്രതിസന്ധികൾ പെരുകുകയും ചെയ്യും. നിസ്സാര കാരണങ്ങളുടെ പേരിൽ അപ്രിയ ദൗത്യങ്ങൾ നീട്ടി വെയ്ക്കുന്നത് ഒരിക്കലും ഒന്നിനും പരിഹാരമല്ല.

നിർവഹണ ഘട്ടത്തിൽ ലഭിക്കുന്ന ഏത് സമയത്തെയും ഫലപ്രദമായി ഉപയോഗിക്കുവാനാണ് ശ്രമിക്കേണ്ടത്. സ്വന്തം മൂല്യവർദ്ധനയക്കുതകാത്ത ഒരു കാര്യത്തിനും സമയം നഷ്ടപ്പെടുത്താതിരിക്കുക.

വിവിധ ടൈം മാനേജ്മെന്റ് മെത്തേഡുകൾ:

പല കാലഘട്ടങ്ങളിലായി ഏതാണ്ട് അമ്പതോളം വരുന്ന ടൈം മാനേജ്മെന്റ് രീതികൾ ആവിഷ്കരിക്കപ്പെട്ടിട്ടുണ്ട്. ഇവയിൽ പ്രധാനപ്പെട്ടതും കൂടുതൽ പ്രയോഗക്ഷമമായതുമായ ചിലത് മാത്രം താഴെ കുറിക്കുന്നു:

1. ടി.ഡി.എൽ. മെത്തേഡ്

ടു ഡു ലിസ്റ്റ് എന്നതിന്റെ ചുരുക്ക രൂപമാണ് TDL എന്നത്. വളരെ ലളിതവും പ്രായോഗികവുമായ ഒരു രീതിയാണ് ഇത്. അന്നന്ന് ചെയ്തു തീർക്കേണ്ട ജോലികളുടെ ഒരു ലിസ്റ്റ് തയ്യാറാക്കുന്നു. ടു ഡു ലിസ്റ്റ് എന്ന പേരിലറിയപ്പെടുന്ന ഈ ലിസ്റ്റിലെ ജോലി കൾക്ക് അവയുടെ പ്രാധാന്യവും അടിയന്തര സ്വഭാവവുമനുസരിച്ച് മുൻഗണനാക്രമം നിശ്ചയിക്കുന്നു. ഈ ജോലികൾ ചെയ്തു തീർത്താലുണ്ടാകുന്ന മൂല്യവർദ്ധനയും, ചെയ്തില്ലെങ്കിൽ ഉണ്ടായേക്കാവുന്ന പ്രത്യാഘാതങ്ങളും കണക്കിലെടുത്താണ് മുൻഗണനാക്രമം നിശ്ചയിക്കേണ്ടത്. ഈ ക്രമമനുസരിച്ച് ചെയ്ത് തീർക്കാനുള്ള ജോലികളെ A, B, C, D, E എന്ന് തരംതിരിക്കുന്നു. ഏറ്റവും പ്രധാനപ്പെട്ടതും നിശ്ചിത സമയപരിധിക്കുള്ളിൽ ചെയ്തുതീർത്തില്ലെങ്കിൽ ഗുരുതര പ്രത്യാഘാതങ്ങൾ സൃഷ്ടിച്ചേക്കാവുന്ന ജോലികളാണ് A വിഭാഗത്തിൽ ഉൾപ്പെടുത്തുന്നത്. ഇങ്ങനെ ഉൾപ്പെടുത്തുന്ന ദൗത്യങ്ങളുടെ എണ്ണം കൂടുതലാണെങ്കിൽ അവയെ വീണ്ടും A1, A2 എന്ന് വേർതിരിക്കാവുന്നതാണ്. അതിൽ ഉൾപ്പെടുത്തിയത്ര തന്നെ പ്രാധാന്യമില്ലാത്തവയെ Bയിൽ ഉൾപ്പെടുത്താം. ലക്ഷ്യം നേടുന്നതിൽ നേരിട്ട് പങ്കൊന്നുമില്ലെങ്കിലും അതിനെ സഹായിച്ചേക്കാവുന്ന ദൗത്യങ്ങളാണ് Cയിൽ ഉൾപ്പെടുത്തേണ്ടത്. സ്വയം ചെയ്തു തീർക്കണമെന്ന് നിർബ്ബന്ധമില്ലാത്തതും മറ്റുള്ളവർക്ക് ഏൽപ്പിച്ചുകൊടുക്കാവുന്നതുമായ കാര്യങ്ങളെ Dയിൽ ഉൾക്കൊള്ളിക്കുന്നു. മൂല്യവർദ്ധനയ്ക്ക് ഒട്ടും സഹായിക്കാത്തതും സമയനഷ്ടം മാത്രം സൃഷ്ടിക്കുന്നതുമായ ജോലികളെയാണ് Eയിൽ ഉൾപ്പെടുത്തുന്നത്. ഇത് ഒഴിവാക്കപ്പെടുവാനുള്ളവയാണ്.

2. ഐസൻഹോവർ രീതി:

മുൻ അമേരിക്കൻ പ്രസിഡണ്ടും, ആർമി ജനറലുമായിരുന്ന ഡി.ഡി. ഐസൻഹോവറാണ് ഈ രീതിയുടെ ഉപജ്ഞാതാവ്. ഇതിനെ ഐസൻ ഹോവർ മാട്രിക്സ് എന്നും അറിയപ്പെടുന്നു. ഈ രീതിയനുസരിച്ച് ചെയ്തു തീർക്കേണ്ട ജോലികൾ അതിന്റെ ഗൗരവമനുസരിച്ച് നാലു കള്ളികളിലായി രേഖപ്പെടുത്തുന്നു. ഇങ്ങനെ ചട്ടക്കൂട്ടിൽ രേഖപ്പെടുത്തുന്നതിനാലാണ് ഇതിനെമാട്രിക്സ് എന്ന് പറയപ്പെടുന്നത്. നാലു കള്ളികൾ താഴെ പറയും പ്രകാരമാണ് വിഭജിക്കപ്പെടുന്നത്.

ഒന്ന്, ഉടനെ ചെയ്യേണ്ടവയും, പ്രാധാന്യമേറിയതും. ഇത് ഉടനെ തന്നെ ചെയ്തുതീർക്കുക.

രണ്ട്, ഉടനെതന്നെ ചെയ്തു തീർക്കേണ്ടതല്ലെങ്കിലും, പ്രാധാന്യം ഒട്ടും കുറവില്ലാത്ത ദൗത്യങ്ങൾ. ഇവയെ എപ്പോൾ ചെയ്യണമെന്നുള്ളതിനുള്ള സമയം ക്രമീകരിച്ച് അതിനനുസരിച്ച് ചെയ്തു തീർക്കുക.

മൂന്ന്, ഉടനെ ചെയ്യേണ്ടതും, എന്നാൽ അത്ര വലിയ ഗൗരവമില്ലാത്തതുമായ ദൗത്യങ്ങൾ. ഇവ നിർവ്വഹിക്കുവാനായി പ്രാപ്തരായവരെ ഏൽപ്പിക്കുക.

നാല്, അടിയന്തര സ്വഭാവവും പ്രാധാന്യവും രണ്ടും ഇല്ലാത്തവ. ഈ ദൗത്യങ്ങളെ ഒഴിവാക്കുക.

3. പ്രമോഡറോ ടെക്നിക് (Promodero Technique):

1980കളുടെ അവസാന പാതിയിൽ സോഫ്റ്റ്വെയർ ഡെവലപ്പറായിരുന്ന ഫ്രാൻസിസ് കോസിറില്ലോ എന്ന ഇറ്റലിക്കാരനാണ് ഈ രീതി ആവിഷ്കരിച്ചത്. കൂടുതൽ ഗഹനമായ ജോലികൾ ചെയ്യുമ്പോൾ നിശ്ചിത സമയത്തിനുശേഷം ഇടവേളകൾ ഉണ്ടായിരിക്കണം എന്നുള്ളതാണ് ഈ ടെക്നിക്കിന്റെ അടിസ്ഥാന പ്രമാണം. ഈ രീതിയനുസരിച്ച് ഒരു ദിവസം ചെയ്തു തീർക്കാനുള്ള ജോലികൾക്ക് ലഭിക്കുന്ന സമയത്തെ 25 മിനിറ്റുകളുള്ള വിവിധ വിഭാഗങ്ങളായി വിഭജിക്കുക. ഒരോ ഇരുപത്തിയഞ്ച് മിനിറ്റ് പൂർത്തിയാക്കുമ്പോഴും, മൂന്നു മുതൽ അഞ്ചു മിനിറ്റ് വരെ നീളുന്ന ഇടവേളകൾ ഉണ്ടായിരിക്കണം.

ഇരുപത്തിയഞ്ച് മിനിറ്റിന്റെ നാല് വിഭാഗങ്ങൾ പൂർത്തിയാകുമ്പോൾ 15 മുതൽ 20 മിനിറ്റ് വരെ ദൈർഘ്യമുള്ള ഇടവേളകൾ ആസ്വദിക്കുക. ഈ ഇടവേളകളും അവയ്ക്ക് ശേഷം ജോലി ആരംഭിക്കേണ്ട സമയവും കൃത്യമായി അറിയിക്കുവാൻ ടൈമറുകൾ ഉപയോഗിക്കാം. അന്ന് വളരെയധികം പ്രചാരത്തിലുണ്ടായിരുന്ന, തക്കാളിയുടെ ആകൃതിയിലുള്ള ഒരു ടൈമറാണ് ഇതിനായി ഉപയോഗിച്ചിരുന്നത്. ഈ ടൈമറിൽ നിന്നാണ്

ഈ രീതിയ്ക്ക് പ്രമോഡറോ ടെക്നിക് എന്ന പേർ ലഭിച്ചത്. ഇറ്റാലിയൻ ഭാഷയിൽ പ്രമോഡറോ എന്നാൽ തക്കാളി എന്നാണർത്ഥം.

4. കൻപാൻ രീതി (Kanpan Method)):

ടയോട്ട കമ്പനിയാണ് ഈ ടൈം മാനേജ്മെന്റ് രീതി വികസിപ്പിച്ചെടുത്തത്. ജപ്പാനീസ് ഭാഷയിൽ കൻപാൻ എന്ന വാക്കിനർത്ഥം, വിവരങ്ങൾ പ്രദർശിപ്പിക്കുന്ന ബോർഡ് എന്നാണ്.

ചെയ്ത് തീർക്കേണ്ട ജോലികളും, സമയപരിധികളും, ലഭ്യമായ വിവരങ്ങളുമെല്ലാം വിശദമായി പ്രദർശിപ്പിക്കുന്ന ബോർഡുകൾ, അനുയോജ്യമായ ഇടങ്ങളിൽ ബന്ധപ്പെട്ടവരുടെ ശ്രദ്ധയ്ക്കായി പ്രദർശിപ്പിക്കുക എന്നതാണ് ഈ രീതി. ഓരോ ദൗത്യത്തിന്റെയും പ്രാധാന്യവും, മുൻഗണനയും, നിർവ്വഹണത്തിലുണ്ടാകുന്ന പുരോഗതിയും രേഖപ്പെടുത്തുന്നതിന് വ്യത്യസ്ത വർണ്ണങ്ങളും, സ്റ്റിക്കറുകളും ഉപയോഗിക്കുന്നു. ഇപ്പോൾ ഇതിനായുള്ള സോഫ്റ്റ്‌വെയറുകളും ലഭ്യമാണ്.

മേൽപ്പറഞ്ഞവയ്ക്ക് പുറമേ സമയം ഫലപ്രദമായി കൈകാര്യം ചെയ്യുന്നതിന് വേറെയും പല ടൈം മാനേജ്മെന്റിന്റെ മാതൃകകളുണ്ട്. ഇവയിൽ ഏതാണ് ഏറ്റവും മികച്ചതെന്ന് പറയുക എളുപ്പമല്ല. എല്ലാവർക്കും, എല്ലാ രീതികളും, എല്ലാ സാഹചര്യങ്ങളിലും ഒരുപോലെ പ്രയോജനപ്രദമാകണമെന്നില്ല. ദൗത്യങ്ങളുടെ സ്വഭാവവും, മറ്റ് സാഹചര്യങ്ങൾക്കുമനുസരിച്ച് ഏത് രീതിയാണോ ഏറ്റവും അനുയോജ്യമെന്ന് കണ്ടെത്തി അത് സ്വീകരിക്കുകയാണ് വേണ്ടത്.

സമയത്തിന്റെ വില തിരിച്ചറിയുക:

സമയം അമൂല്യമായ ഒരു വിഭവമാണ്. അതിന്റെ പാഴ്ച്ചെലവ് വരുത്തി വെക്കുന്നത് ഭീമമായ നഷ്ടങ്ങളാണ്. ലക്ഷങ്ങളും കോടി കളും മുതൽമുടക്കിയ സ്ഥാപന ഉടമകളെ സംബന്ധിച്ചേടത്തോളം ഉൽപ്പാദനക്ഷമമല്ലാത്ത ഓരോ മണിക്കൂറും വൻനഷ്ടങ്ങളാണ് സൃഷ്ടിക്കുന്നത്.

സമയം പാഴായിപ്പോകുന്നത് തടയാൻ താഴെപറയുന്ന കാര്യങ്ങൾ പ്രത്യേകം ശ്രദ്ധിക്കുക:

1. സുഖലോലുപതയ്ക്ക് മാത്രമായി എത്ര സമയം ചെലവഴി ക്കുന്നു എന്നു കണ്ടെത്തി, അമിതമായവ വെട്ടിക്കുറയ്ക്കുക.
2. രണ്ടോ മൂന്നോ മിനിറ്റുകൊണ്ട് സംസാരിച്ചു തീർക്കാവുന്ന കാര്യങ്ങൾക്കായി മണിക്കൂറുകൾ ചെലവഴിക്കാതിരിക്കുക. അനാവശ്യമായി സംഭാഷണങ്ങൾ വലിച്ച് നീട്ടുമ്പോൾ സ്വന്തം കാര്യങ്ങൾക്ക് സമയം കിട്ടാതാകുന്നു. മാത്രമല്ല ഇത് പലപ്പോഴും മറ്റുള്ളവരുടെ സമയം അപഹരിക്കുകയും ചെയ്യുന്നു.

3. മീറ്റിങ്ങുകളും ചർച്ചകളുമെല്ലാം എപ്പോൾ തുടങ്ങണമെന്നും അവസാനിപ്പിക്കണമെന്നും മുൻകൂട്ടി നിശ്ചയിക്കുകയും, ഈ സമയക്രമം തെറ്റാതെ പാലിക്കുകയും ചെയ്യുക.
4. സ്വന്തം ലക്ഷ്യം നേടാൻ സഹായകമല്ലാത്ത കാര്യങ്ങൾക്കായി സമയം പാഴാക്കാതിരിക്കുക.
5. അന്നന്ന് ചെയ്തു തീർക്കേണ്ട കാര്യങ്ങൾ കൃത്യമായി ആസൂത്രണം ചെയ്യുകയും, മുൻഗണനാക്രമം നിശ്ചയിക്കുകയും ചെയ്യുക. ഇങ്ങനെ ചെയ്യുമ്പോൾ മൂല്യവർദ്ധനക്കുതകാത്ത പ്രവൃത്തികൾ കഴിയുന്നത്ര ഒഴിവാക്കുകയോ, അല്ലെങ്കിൽ വലിയ പരിഗണന നൽകാതിരിക്കുകയോ ചെയ്യുക.
6. ഓരോ ദിവസത്തെ പ്രവർത്തനവും അന്നന്ന് വിലയിരുത്തി തെറ്റുകൾ മനസ്സിലാക്കുകയും തിരുത്തൽ നടപടികൾ സ്വീകരിക്കുകയും ചെയ്യുക.

ആസൂത്രണം ചെയ്ത പ്രവർത്തനങ്ങൾ, അച്ചടക്കത്തോടെ, ചെയ്തു തീർക്കാനുള്ള നിശ്ചയദാർഢ്യമാണ് ടൈം മാനേജ്മെന്റിന്റെ കാതലായ ഭാഗം.

ടൈം മാനേജ്മെന്റ് കൊണ്ടുള്ള നേട്ടങ്ങൾ:

ലഭ്യമായ സമയത്തെ ശാസ്ത്രീയമായ ആസൂത്രണത്തിലൂടെ മുൻഗണനാ ക്രമമനുസരിച്ച് ചെയ്ത് തീർക്കുന്നതുകൊണ്ട് പല നേട്ടങ്ങളുമുണ്ട്. അവയിൽ മുഖ്യമായ ചിലത് താഴെ കുറിക്കുന്നു:

1. കുറഞ്ഞ സമയത്തിനുള്ളിൽ കൂടുതൽ ജോലികൾ മികച്ച രീതിയിൽ ചെയ്തു തീർക്കാൻ പറ്റുന്നു.
2. ഇതിലൂടെ വ്യക്തികളുടെയും സ്ഥാപനങ്ങളുടെയും ഉല്പാദനക്ഷമത വർദ്ധിപ്പിക്കുവാൻ കഴിയുന്നു.
3. ഏറ്റെടുത്ത ജോലികൾ നിശ്ചിത സമയത്തിനുള്ളിൽ പൂർത്തീകരിക്കുന്നതിലൂടെ കരിയർ ലക്ഷ്യങ്ങൾ കൂടുതൽ വേഗത്തിൽ നേടാൻ സഹായിക്കുന്നു.
4. ദൗത്യങ്ങൾ നിർണ്ണയിക്കപ്പെട്ട സമയപരിധിക്കുള്ളിൽ ചെയ്തുതീർക്കുന്നതിനാൽ അവസാന നിമിഷത്തെ മാനസിക സമ്മർദ്ദവും, ഉൽക്കണ്ഠയും ഒഴിവാക്കാൻ പറ്റുന്നു.
5. വളരാൻ ലഭിക്കുന്ന അവസരങ്ങളുടെ എണ്ണം വർദ്ധിക്കുന്നു.
6. ലക്ഷ്യപ്രാപ്തിയുടെ വേഗത കൂടുന്നു.

കോവിഡ് സൃഷ്ടിച്ച സാമൂഹ്യ അകല നിബന്ധനകളിൽ ചില തെങ്കിലും വൻ സമയലാഭം ഉണ്ടാക്കിയിട്ടുണ്ട്. അത്യാവശ്യമല്ലാത്ത പല മീറ്റിങ്ങുകളും ഇല്ലാതായി. ഉള്ളവ തന്നെ ഓൺലൈനിലുമായി. ജോലി വീട്ടിലിരുന്ന് ചെയ്യാമെന്ന അവസ്ഥ വന്നതോടെ യാത്രാസമയവും മിച്ചമായി. ഇതൊക്കെയാണെങ്കിലും ഒന്നിനും സമയമില്ലെന്ന് പരിതപി ക്കുന്നവരാണ് നമ്മളിൽ പലരും. സമയത്തിന്റെ മൂല്യം തിരിച്ചറിയാതെ, അത് ദുർവ്യയം ചെയ്യുന്നത് കാരണമാണ് ഇങ്ങനെ സംഭവിക്കുന്നത്. പക്ഷേ മനസ്സുണ്ടെങ്കിൽ മാർഗ്ഗവുമുണ്ടെന്ന് ടൈം മാനേജ്മെന്റ് നമുക്ക് കാണിച്ചുതരുന്നു.

ഉയരങ്ങൾ കീഴടക്കാം - ആകർഷകമായ ആശയവിനിമയശേഷിയിലൂടെ

"എല്ലാ പ്രശ്നങ്ങളെയും അലിയിച്ച് കളയാൻ ശേഷിയുള്ള ലായനിയും വ്യക്തിത്വവികാസത്തി ന്റെ അടിസ്ഥാനശിലയുമാണ് ആശയവിനിമയം"

പീറ്റർ ഷെപ്പേർഡ്

ശ്വാസോച്ഛ്വാസം കഴിഞ്ഞാൽ ജീവിതത്തിൽ ഏറ്റവും കൂടുതൽ തവണ ചെയ്യുന്ന ജോലിയാണ് ആശയവിനിമയം. കാര്യക്ഷമ തയാർന്ന ആശയ വിനിമയശേഷിയോടെ ആരും ജനിക്കുന്നില്ല. എല്ലാ വരുടെയും ആദ്യ കമ്മ്യൂണിക്കേഷൻ - ജനിച്ച ഉടനെയുള്ള കരച്ചിൽ - ഒരുപോലെയാണ്. പിന്നീടുള്ള വളർച്ചയുടെ വിവിധ ഘട്ടങ്ങളിലായി ഈ കഴിവ് വികസിപ്പിച്ചെടുക്കുകയാണ് ചെയ്യുന്നത്. ബോധപൂർവം നടത്തുന്ന പ്രയത്നങ്ങളിലൂടെയും പരിശീല നങ്ങളിലൂടെയും ഈ കഴിവ് ആർക്കും നേടിയെടുക്കാവുന്നതേയുള്ളൂ. ഈ കഴിവിനെ വേണ്ടരീതിയിൽ വളർത്തിയെടുക്കുന്നതിലാണ് ഒരു വ്യക്തിയുടെ വളർച്ചയും തളർച്ചയും നിലകൊള്ളുന്നത്. ആശയങ്ങൾ എത്രതന്നെ അമൂല്യങ്ങളായിരുന്നാലും അവ മറ്റുള്ളവരുമായി പങ്കു വെക്കപ്പെട്ട മ്പോൾ മാത്രമാണ് പ്രയോജന പ്രദമായി തീരുന്നത്. ഈ പങ്കുവയ്ക്കൽ നടക്കുന്നത് ആശയ വിനിമയത്തിലൂടെയാണ്. നമ്മൾ ഉണർന്നിരി ക്കുന്ന സമയത്തിന്റെ ഭൂരിഭാഗവും ചെലവഴിക്കുന്നത് ആശയവിനി മയത്തിനാണ്. വ്യക്തികളുടെയും സ്ഥാപനങ്ങളുടെയും വളർച്ചയ്ക്കും

വികാസത്തിനും ആശയവിനിമയശേഷി ഒഴിച്ചുകൂടാനാവാത്തതാണ്. ഇന്ന് മനുഷ്യ സമൂഹം ഏർപ്പെട്ടിരിക്കുന്ന മിക്ക ജോലികളിലും ആശയവിനിമയത്തിന് നിർണ്ണായകമായ പങ്കുണ്ട്. കോടതി വ്യവഹാരങ്ങൾ, അദ്ധ്യാപനം, മാനേജ്മെന്റ്, മാധ്യമ പ്രവർത്തനം തുടങ്ങിയ പലതും ഇതിനുദാഹരണങ്ങളാണ്. കോവിഡ് വ്യാപനം സൃഷ്ടിച്ച സാമൂഹ്യ അകലത്തിന്റെ പശ്ചാത്തലത്തിൽ വിദൂരങ്ങളിലിരുന്ന് ജോലി ചെയ്യുന്നവരുടെ എണ്ണം വർദ്ധിച്ചത് ആശയവിനിമയത്തിന്റെ പ്രാധാന്യം കൂട്ടുകയാണ് ചെയ്തത്.

എന്താണ് ആശയവിനിമയം?

ആശയങ്ങളും, വിവരങ്ങളും കാര്യക്ഷമമായി കൈമാറ്റം ചെയ്യപ്പെടുന്ന പ്രക്രിയയാണ് ആശയവിനിമയം. സ്വന്തം ആശയങ്ങളും ചിന്തകളും സന്ദേശങ്ങളും മറ്റുള്ളവർക്ക് മനസ്സിലാകുന്ന രീതിയിൽ ആവിഷ്കരിക്കുവാനുള്ള കഴിവ് - അതാണ് ആശയവിനിമയശേഷി എന്നതുകൊണ്ട് ഉദ്ദേശിക്കുന്നത്. ഈ ശേഷി കൈവരിക്കുവാൻ ഗഹനമായ ഭാഷാനൈപുണ്യമൊന്നും ആവശ്യമില്ല. ഭാഷ തെറ്റുകൂടാതെ വേണ്ടിടത്ത് വേണ്ടരീതിയിൽ പ്രയോഗിക്കുവാനുള്ള കഴിവ് ഉണ്ടായിരുന്നാൽ മാത്രം മതി.

ആശയവിനിമയം എന്നു പറയുമെങ്കിലും ഈ പ്രക്രിയയിൽ ആശയങ്ങൾ കൈമാറ്റം ചെയ്യപ്പെടുന്നില്ല എന്നതാണ് വാസ്തവം. കൈമാറ്റം ചെയ്യപ്പെടുന്നത് വാക്കുകളോ ശബ്ദങ്ങളോ ശരീര ഭാഷയോ മാത്രമാണ്. ആശയവിനിമയത്തിന്റെ ഏഴ് ശതമാനം മാത്രമാണ് വാക്കുകൾ ഉപയോഗിച്ച് നിർവ്വഹിക്കുന്നത്. അവശേഷിക്കുന്ന 93 ശതമാനവും ശ്രവ്യാനുഭവം, ദൃശ്യാനുഭവം, ശരീരഭാഷ തുടങ്ങിയവയിലൂടെയാണ് സംവേദനം ചെയ്യപ്പെടുന്നത്. കൈമാറ്റം ചെയ്യപ്പെടുന്ന വാക്കുകളുടെ അർത്ഥം സന്ദർഭങ്ങളിൽ നിന്നാണ് ഉരുത്തിരിയുന്നത്. വാക്കുകൾക്ക് അത് ഉപയോഗിക്കുന്ന വ്യക്തി ഉദ്ദേശിക്കുന്ന അതേ അർത്ഥം തന്നെ സ്വീകർത്താവും നൽകുന്നില്ലെങ്കിൽ വിനിമയം ദയനീയമായി പരാജയപ്പെടും.

ഒരേ പദംതന്നെ വ്യത്യസ്ത സന്ദർഭങ്ങളിൽ വ്യത്യസ്ത അർത്ഥം കൈവരിക്കുന്നു. ഉദാഹരണത്തിന് ചായ വേണ്ട എന്ന് പറയുമ്പോഴും 'വേണ്ട' - നടപടികൾ എല്ലാം സ്വീകരിക്കുമെന്ന് പറയുമ്പോഴും വേണ്ട എന്ന പദത്തിന് തികച്ചും വിപരീതമായ അർത്ഥതലങ്ങളാണ് കൈവരുന്നത്. തൊഴിലിടങ്ങളിലെ ആശയവിനിമയങ്ങളിൽ 40 ശതമാനം മാത്രമേ വിജയിക്കുന്നുള്ളൂ എന്നാണ് പഠനങ്ങൾ സൂചിപ്പിക്കുന്നത്. ബാക്കി 60 ശതമാനവും വിനിയോഗിക്കുന്നത് ആവർത്തനങ്ങൾക്കും സംശയദൂരീകരണങ്ങൾക്കും വേണ്ടിയാണ്.

ആശയവിനിമയത്തിന്റെ ചില ബാലപാഠങ്ങൾ

ആശയ വിനിമയം നടക്കുന്നത് സംസാരം, എഴുത്ത്, വായന എന്നിവ യിലൂടെ മാത്രമല്ല. ശ്രദ്ധിച്ച കേൾക്കൽ (Listening), ശരീരഭാഷ (Body Language)തുടങ്ങിയവയും ആശയവിനിമയത്തിന്റെ അടിസ്ഥാന ഘടകങ്ങളാണ്. ഇതിൽ എഴുത്തും വായനയും ചെറിയ ക്ലാസ്സുകളിൽനിന്നും സംസാരം അതിനു മുമ്പും പരിശീലിച്ച് തുടങ്ങുന്നു. എന്നാൽ ശരീരഭാഷ, ശ്രദ്ധിച്ച കേൾക്കുവാനുള്ള കഴിവ് തുടങ്ങിയ വയിൽ കാര്യമായ പരിശീലനങ്ങളൊന്നും ലഭിക്കുന്നില്ല. അതേ സമയം തൊഴിലിടങ്ങളിലും പുറത്തും ഈ കഴിവുകൾക്ക് വൻ പ്രാധാന്യമുണ്ട്.

പലപ്പോഴും വാക്കുകളേക്കാൾ മറ്റുള്ളവരെ സ്വാധീനിക്കുന്നത് ശരീ രഭാഷയാണ്. ഇവ രണ്ടും തമ്മിലുള്ള വൈരുദ്ധ്യങ്ങൾ കേൾവി ക്കാർ ഉടനെ ഉൾക്കൊള്ളുകയും ഉച്ചരിക്കപ്പെട്ട വാക്കുകളേക്കാൾ കൂടുതൽ പ്രാധാന്യം ശരീരഭാഷയ്ക്ക് നൽകുകയും ചെയ്യുന്നു. കണ്ടതിൽ വളരെ യധികം സന്തോഷം എന്നു പറയുമ്പോൾ തന്നെ മുഖഭാവം മറ്റൊരു വികാരമാണ് പ്രകടിപ്പിക്കുന്നത് എങ്കിൽ കേൾവിക്കാർക്ക് ഉടനെ കാര്യം പിടികിട്ടും. ഇന്റർവ്യൂ, മീറ്റിംഗ് തുടങ്ങിയവയിലും നാം പറയുന്നതി നേക്കാൾ പ്രാധാന്യം ശരീരഭാഷയ്ക്ക് ലഭിക്കുന്നു. അതിനാൽ ശരിയായ ശരീരഭാഷ വികസിപ്പിച്ചെടുക്കുന്നതിൽ പ്രത്യേകം ശ്രദ്ധിക്കേണ്ടിയിരി ക്കുന്നു. ആശയ വിനിമയ സമയത്ത് നടത്തുന്ന അംഗവിക്ഷേപങ്ങൾ, മുഖഭാവം, ഇരുപ്പ്, നടപ്പ് തുടങ്ങിയവയെല്ലാം ശരീരഭാഷയിൽ ഉൾപ്പെ ടുന്നു. അമിതമായ അംഗവിക്ഷേപങ്ങൾ കേൾവിക്കാർക്ക് അലോസരം സൃഷ്ടിക്കുമ്പോൾ തന്നെ ഒരു ചലനങ്ങളും ഇല്ലാതെ സംസാരിക്കുന്നത് വിരസതയും സൃഷ്ടിക്കും. അതുപോലെ തന്നെ മുഖത്തെ പുഞ്ചിരി മിക്ക അവസരങ്ങളിലും ക്രിയാത്മക സന്ദേശം നൽകു മെങ്കിലും അത് അസ്ഥാനത്താകുമ്പോൾ അപകടങ്ങൾക്കും കാരണമായേക്കാം. കാര്യ ക്ഷമതയാർന്ന ആശയ വിനിമയത്തിൽ ശരീരഭാഷ അതിപ്രധാനമായ പങ്കുവഹിയ്ക്കുന്നു.

ആശയവിനിമയത്തിനുവേണ്ടി ചെലവഴിക്കുന്ന സമയത്തിന്റെ 45% വിനിയോഗിക്കുന്നത് കേൾക്കുന്നതിലോ ശ്രദ്ധിക്കുന്നതിലോ ആണ്. പക്ഷേ ഈ കഴിവിന് വേണ്ടത്ര പ്രാധാന്യം ആരും കൽപ്പിക്കാറില്ല. സമ്പർക്കത്തിൽ വരുന്നവരെ സ്വാധീനിക്കുന്നതിലും പ്രേരിപ്പിക്കുന്ന തിലുമെല്ലാം ഈ നിപുണതയ്ക്ക് വൻ പ്രാധാന്യമുണ്ട്. അതിനാൽ ഒരു നല്ല കമ്മ്യൂണിക്കേറ്റർ എല്ലായ്പ്പോഴും ഒരു നല്ല ശ്രോതാവ് കൂടിയായി രിക്കണം. ചില ചെറിയ കാര്യങ്ങൾ ശ്രദ്ധിക്കുന്നതിലൂടെ ആർക്കും ഒരു നല്ല ശ്രോതാവകുവാൻ കഴിയും. ഈ കാര്യങ്ങൾ ഇവയാണ്.

എല്ലായ്പ്പോഴും സംസാരിക്കുന്ന വ്യക്തിയുടെ മുഖത്ത് തന്നെ നോക്കി ശ്രദ്ധയോടെ കേൾക്കുക. താത്പര്യപൂർവം ശ്രദ്ധിച്ചാൽ മാത്രം പോരാ, ഈ താല്പര്യം, അനുയോജ്യമായ പ്രതികരണങ്ങളിലൂടെ സംസാരിക്കുന്ന വ്യക്തിയെ ബോദ്ധ്യപ്പെടുത്തുകയും വേണം. ഹിതകരമല്ലാത്ത കാര്യങ്ങളാണ് പറയുന്നതെങ്കിലും അസഹിഷ്ണുത ഒട്ടും പ്രദർശിപ്പിക്കാതെ ശ്രദ്ധിച്ചു കേൾക്കുക. ഇടയിൽ കയറി സംസാരിക്കാതിരിക്കുന്നതാണ് നല്ലത്. മുഴുവൻ കേൾക്കുന്നതിനു മുൻപ് നിഗമനങ്ങളിൽ എത്തുകയോ പരിഹാര ങ്ങൾ നിർദ്ദേശിക്കുകയോ ചെയ്യാതിരിക്കുക. ആശയവിനിമയത്തിൽ ഉടനീളം പരസ്പര ബഹുമാനവും സഹാനുഭൂതിയും നിലനിർത്തുക. ഇത്തരം ചെറിയ കാര്യങ്ങളിൽ ശ്രദ്ധചെലുത്തുവാൻ കഴിഞ്ഞാൽ ആർക്കും ഒരു നല്ല ശ്രോതാവ് ആകുവാൻ കഴിയും.

ആശയവിനിമയത്തിന്റെ എ.ബി.സി.

ആശയവിനിമയത്തിന്റെ എ.ബി.സി. എന്നറിയപ്പെടുന്നതാണ് കൃത്യത (Accuracy), സംക്ഷിപ്തത (Brevtiy), വ്യക്തത (Clartiy) എന്നീ മൂന്നു ഗുണങ്ങൾ.

എന്താണ് കൃത്യത? വിനിമയം ചെയ്യപ്പെടുന്ന ആശയങ്ങൾ വിശ്വസനീയവും, വസ്തു നിഷ്ഠവും, ആധികാരികവുമായിരിക്കണം. കേട്ടുകേൾവിയുടെയും, ഊഹാപോഹങ്ങളുടെയും, അടിസ്ഥാനത്തിൽ നടത്തപ്പെടുന്ന ആശയവിനിമയം ഒരിക്കലും കൃത്യത കൈവരിക്കുകയില്ല. വിശ്വസനീയത ഒരിക്കൽ നഷ്ടപ്പെട്ടാൽ, പിന്നീട് വീണ്ടെടുക്കുക എന്നത് അത്ര എളുപ്പമല്ല.

അടുത്തതാണ് സംക്ഷിപ്തത. ആശയവിനിമയം ആവശ്യത്തിൽ കൂടുതൽ വലിച്ചു നീട്ടാതെ ചുരുങ്ങിയ വാക്കുകൾകൊണ്ട് കൂടുതൽ കാര്യങ്ങൾ വ്യക്തമാക്കുക എന്നതാണ് സംക്ഷിപ്തത എന്നതു കൊണ്ട് ഉദ്ദേശിക്കുന്നത്. വാക്കുകളും, വാക്യങ്ങളും കൂടുതലാകുമ്പോൾ തെറ്റുകൾ വർദ്ധിക്കുവാനും, ആശയക്കുഴപ്പങ്ങൾ ഉടലെടുക്കാനുമുള്ള സാദ്ധ്യതകളും വർദ്ധിക്കുന്നു. ഇത് അനാവശ്യമായ സമയ നഷ്ടത്തിനും കാരണമായിത്തീരുന്നു. വിശേഷണങ്ങളുടെ അമിത പ്രയോഗങ്ങൾ, ആവർത്തനങ്ങൾ തുടങ്ങിയ കാര്യങ്ങൾ ഒഴിവാക്കുന്നതിലൂടെ വിനിമയം ലളിതവും, ഹ്രസ്വവുമാക്കുവാൻ കഴിയും.

ഏത് ആശയവിനിമയത്തിനും, അവശ്യം ഉണ്ടായിരിക്കേണ്ട മറ്റൊരു ഗുണമാണ് വ്യക്തത. വ്യക്തതയുടെ കാര്യത്തിൽ സംഭവിക്കുന്ന നിസ്സാര വീഴ്ചകൾപോലും, ഗുരുതരമായ പ്രത്യാഘാതങ്ങൾക്ക് കാരണമായേക്കാം. സങ്കീർണ്ണമായ പദപ്രയോഗങ്ങളും, അസ്ഥാനത്തുള്ള വാചക കസർത്തുകളുമാണ് പലപ്പോഴും വ്യക്തത നഷ്ടപ്പെട്ട

ത്തുന്നത്. അതിനാൽ ഏതു തരത്തിൽപ്പെട്ട ആശയ വിനിമയമായാലും, വ്യക്തവും, ലളിതവുമാക്കുവാൻ പ്രത്യേകം ശ്രദ്ധിക്കുക.

ആശയവിനിമയത്തിന്റെ പ്രാധാന്യം

തൊഴിലിടങ്ങളിലും സ്വകാര്യ ജീവിതത്തിലുമെല്ലാം സംഭവിക്കുന്ന പല സങ്കീർണ്ണ പ്രശ്നങ്ങളുടെയും മൂലകാരണം പലപ്പോഴും ആശയ വിനിമയത്തിന്റെ അഭാവമോ, അപര്യാപ്തതയോ ആയിരിക്കാം. ഏത് മേഖലയിലായാലും വിജയം നേടുന്നതിന് ഒഴിച്ചു കൂടാനാവാത്ത നിപു ണതയാണ് ആശയവിനിമയം.

സുപ്രസിദ്ധ ഓഹരി നിക്ഷേപകനും, ലോകത്തിലെ വൻ കോടീശ്വര ന്മാരിൽ ഒരാളുമായ വാറൻ ബഫറ്റ് പെനിസിൽവാനിയ, കൊളംബിയ തുടങ്ങിയ പ്രശസ്തമായ യൂണിവേഴ്സിറ്റികളിൽ നിന്ന് ബിരുദങ്ങൾ കരസ്ഥമാക്കിയ വ്യക്തിയാണ്. പക്ഷേ ഈ ബിരുദങ്ങൾ ഒന്നുംതന്നെ അദ്ദേഹം സ്വന്തം മുറിയിൽ പ്രദർശിപ്പിച്ചിട്ടില്ല. അതേസമയം ഡെയ്ൽ കാർണഗി ഇൻസ്റ്റിറ്റ്യൂട്ടിൽനിന്നും കമ്മ്യൂണിക്കേഷനിൽ നേടിയ ഒരു സർട്ടിഫിക്കറ്റാണ് അദ്ദേഹത്തിന്റെ മുറി അലങ്കരിക്കുന്നത്. അതിനു കാരണമായി അദ്ദേഹം പറഞ്ഞിട്ടുള്ളത്, ഇതുവരെ അദ്ദേഹം നടത്തിയി ട്ടുള്ള നിക്ഷേപങ്ങളിൽ ഏറ്റവും വിലമതിപ്പുള്ള നിക്ഷേപമായി അദ്ദേഹം കണക്കാക്കുന്നത് ഈ സർട്ടിഫിക്കറ്റാണ് എന്നാകുന്നു.

നേതൃപാടവത്തിന്റെ ഒരു അവിഭാജ്യഘടകമാണ് ആശയവിനിമയ ശേഷി. ഒരു മാനേജറുടെ സമയത്തിന്റെ ഏതാണ്ട് 70 ശതമാനം ചെല വഴിക്കപ്പെടുന്നത് ആശയവിനിമയത്തിനാണ്. ടീം വർക്കിലും, ബ്രാൻഡ് കെട്ടിപ്പടുക്കുന്നതിലും, പരിശീലന പരിപാടികളിലും, ഉപഭോക്താക്ക ളുടെ എണ്ണം വർദ്ധിപ്പിക്കുന്നതിലുമെല്ലാം ആശയ വിനിമയത്തിന്റെ സാദ്ധ്യതകളാണ് പ്രയോജനപ്പെടുത്തുന്നത്.

ശരിയായ ആശയ സംവേദനങ്ങൾ വ്യക്തിബന്ധങ്ങൾ ശക്തി പ്പെ ടുത്തുകയും അങ്ങിനെയല്ലാത്തവ ബന്ധങ്ങളെ തകർക്കുകയും ചെയ്യും. വ്യക്തികളുടേതായാലും, സ്ഥാപനങ്ങളുടേതായാലും, അവയുടെ വളർ ച്ചയ്ക്കും തകർച്ചയ്ക്കും പിന്നിൽ ആശയ വിനിമയ ശേഷിയുടെ നിർണ്ണായക സ്വാധീനം കാണാം.

ഇംഗ്ലീഷിന്റെ വർദ്ധിക്കുന്ന പ്രസക്തി

ഇംഗ്ലീഷിന്റെ പ്രസക്തി, തൊഴിലിടങ്ങളിൽ പ്രത്യേകിച്ചും നാൾ തോറും വർദ്ധിച്ചുകൊണ്ടിരിക്കുകയാണ്. ഇന്ന് ലോകത്ത് ഏതാണ്ട് 1500 ദശലക്ഷം ആളുകൾ ഇംഗ്ലീഷ് സംസാരിക്കുന്നവരായിട്ടുണ്ട്. ഇതിൽ 400 ദശലക്ഷം പേർ മാത്രമാണ് ഇംഗ്ലീഷ് മാതൃഭാഷയായിട്ടുള്ളവർ. ബാക്കി യുള്ളവരെല്ലാം മറ്റ് ഭാഷക്കാരാണ്. ഇംഗ്ലീഷ് സംസാരിക്കുന്നവരുടെ

എണ്ണത്തിൽ മുൻപന്തിയിലായിരുന്ന ഇന്ത്യ ഇന്ന് ഇക്കാര്യത്തിൽ ചൈനയ്ക്ക് പിറകിലാണ്. ഇന്ത്യയിലെ സോഫ്റ്റ്വെയർ അല്ലെങ്കിൽ കോൾ സെന്റർ ബിസിനസ്സുകളുടെ വളർച്ചയ്ക്ക് പ്രധാന കാരണം ഇംഗ്ലീഷ് പരിജ്ഞാനമുള്ള സാങ്കേതിക വിദഗ്ധരുടെ ലഭ്യതയായിരുന്നു. ഇങ്ങനെയുള്ള പല കാരണങ്ങളാലാവാം മുൻകാലത്ത് ഇംഗ്ലീഷിനെ തീർത്തും അവഗണി ച്ചിരുന്ന ചൈന ഇന്ന് ഇംഗ്ലീഷിനെ രണ്ടു കൈകളും നീട്ടി സ്വാഗതം ചെയ്യുന്നത്. ഇന്ന് ലോകത്ത് നിലവിലുള്ള വെബ്സൈറ്റുകളിൽ 55 ശതമാനവും ശാസ്ത്ര ജേർണലുകളുടെ മൂന്നിൽ രണ്ടു ഭാഗവും ഇംഗ്ലീഷിലാണ്. ഇംഗ്ലീഷ് ഭാഷ നന്നായി കൈകാര്യം ചെയ്യാൻ കഴിവുള്ളവരാണ് കരിയറിൽ, പ്രത്യേകിച്ചും കോർപ്പറേറ്റ് മേഖലയിൽ കൂടുതൽ ശോഭിക്കുന്നത്.

ഇന്ന് ലോകത്ത് നടന്നുകൊണ്ടിരിക്കുന്ന വിജ്ഞാന വിസ്ഫോടനങ്ങളുടെ ഫലമായി സൃഷ്ടിക്കപ്പെടുന്ന വിജ്ഞാനം ആർജ്ജിക്കുവാൻ ഏതെങ്കിലും ഒരു ഭാഷയിലൂടെ മാത്രം സാദ്ധ്യമാകുമെന്ന് തോന്നുന്നില്ല. അതിനാൽ മാതൃഭാഷയ്ക്ക് മുൻതൂക്കം നൽകുമ്പോൾ തന്നെ മറ്റു ഭാഷകളും കഴിയുന്നത്ര പഠിച്ചെടുക്കാനുള്ള ശ്രമങ്ങൾ നടത്തേണ്ടതായിട്ടുണ്ട്.

ആശയവിനിമയശേഷി എങ്ങനെ മെച്ചപ്പെടുത്താം?

തൊഴിൽമേഖല ഏതു തന്നെയായാലും ആശയവിനിമയ പാടവം എല്ലായിടത്തും കാര്യക്ഷമതയുടെ ഒരു അളവുകോലായി കണക്കാക്കാറുണ്ട്. അതിനാൽ ഉദ്യോഗാർത്ഥികളെ സംബന്ധിച്ചേടത്തോളം ആശയവിനിമയ പാടവം നിർണ്ണായകമായ ഒരു യോഗ്യതയാണ്. ഭൂരിപക്ഷം വിദ്യാർഥികളും ഉദ്യോഗാർത്ഥികളായി മാറുമ്പോൾ മാത്രമാണ് ഈ കഴിവിന്റെ പ്രാധാന്യത്തെക്കുറിച്ച് ബോധവാന്മാരാകുന്നതും അത് മെച്ചപ്പെടുത്തുവാനുള്ള മാർഗ്ഗങ്ങൾ ആരായാൻ തുടങ്ങുന്നതും.

ആശയവിനിമയത്തിന്റെ മികവ് വർദ്ധിപ്പിക്കുവാനുള്ള ഏതാനും ചില മാർഗ്ഗങ്ങൾ താഴെ കുറിക്കുന്നു:

1. ആദ്യമായി വേണ്ടത് ആശയവിനിമയശേഷി വികസിപ്പിക്കണമെന്ന ആത്മാർത്ഥമായ ആഗ്രഹമാണ്. ഇതുണ്ടെങ്കിൽ മാത്രമേ തുടർനടപടികൾ ഫലപ്രദമാകുകയുള്ളൂ.
2. ആശയവിനിമയത്തിന്റെ കാര്യത്തിൽ സ്വന്തം പോരായ്മകൾ എന്തെല്ലാമാണെന്ന് കണ്ടെത്തുക. ഇതിന് സുഹൃത്തു ക്കളുടേയും കുടുംബാംഗങ്ങളുടേയും എല്ലാം സഹായം തേടാവുന്നതാണ്.

3. ഇങ്ങനെ കണ്ടെത്തുന്ന പല പോരായ്മകളും സ്വന്തം പരിശ്രമ ങ്ങളിലൂടെ പരസഹായമില്ലാതെ തന്നെ പരിഹരിക്കാവുന്ന തായിരിക്കും. അതിനായുള്ള ശ്രമങ്ങൾ ഉടൻ ആരംഭിക്കുകയും ചിട്ടയോടെ തുടരുകയും ചെയ്യുക.

4. സ്വയം പരിഹരിക്കാൻ കഴിയാത്ത പ്രശ്നങ്ങൾക്ക് അനുയോ ജ്യരായ മാർഗ്ഗദർശികളെ കണ്ടെത്തി അവരുടെ സഹായം നേടുക. എന്നിട്ടും പരിഹരിക്കുവാൻ കഴിയുന്നില്ലെങ്കിൽ മാത്രം വിദഗ്ദ്ധരുടെ സഹായം ഉപയോഗപ്പെടുത്തുക. ഇങ്ങനെ ചെയ്യു മ്പോൾ പരിശീലന സ്ഥാപനങ്ങളുടെ അതിശയോക്തി നിറഞ്ഞ പരസ്യങ്ങളുടെ മോഹവലയത്തിൽ പെട്ട് അമളി പറ്റാതെ സൂക്ഷിക്കുക.

5. ആശയ പ്രകടനത്തിന് ലഭിക്കുന്ന ഒരു അവസരവും പാഴാക്കാ തിരിക്കുക. ചമ്മൽ, നാണക്കേട് തുടങ്ങിയവയുടെ പേരിൽ ലഭ്യ മാകുന്ന അവസരങ്ങൾ പ്രയോജനപ്പെടുത്താതിരിക്കുന്നതു വഴി വളർച്ചയുടെ വഴികളാണ് കൊട്ടിയടയ്ക്കുന്നതെന്ന യഥാർത്ഥ്യം മറക്കാതിരിക്കുക.

6. സ്വന്തം പോരായ്മകൾ കാരണം ആരംഭത്തിൽ സംഭവിച്ചേക്കാവു ന്ന പാളിച്ചകളെക്കുറിച്ച് അമിതമായി വ്യാകുലപ്പെടാതിരിക്കുക. ആശയവിനിമയശേഷി പൂർണ്ണമായി വളർത്തിയെടുത്തതിനു ശേഷം മാത്രം വിനിമയത്തിൽ ഏർപ്പെടാമെന്ന് കരുതുന്നത് ഒരിക്കലും പ്രായോഗികമല്ല. വിനിമയം എന്ന പ്രക്രിയയിലൂടെ മാത്രം വളർന്നു വരുന്നതാണ് ആശയവിനിമയ ശേഷി.

7. ഈ ശേഷി സ്വായത്തമാക്കുന്നതിന് അഗാധമായ ഭാഷാ പാണ്ഡി ത്യവും, വിപുലമായ പദസമ്പത്തും, വ്യാകരണ ജ്ഞാനവും എല്ലാം ആവശ്യമാണെന്ന ധാരണ തിരുത്തുക. ഒരിക്കൽ ആരംഭിച്ചു കഴിഞ്ഞാൽ കാലക്രമേണ ഈ കഴിവുകൾ എല്ലാം നേടാവുന്ന തേയുള്ളൂ. ആശയസംവേദനത്തിന്റെ ആദ്യ ചില നിമിഷങ്ങളിൽ മാത്രമാണ് വ്യാകരണ തെറ്റുകൾ, ഉച്ചാരണശുദ്ധി തുടങ്ങിയവ ശ്ര ദ്ധിക്കപ്പെടുന്നത്. പറയുന്ന കാര്യങ്ങൾ കഴമ്പുള്ള താണെങ്കിൽ ശ്രോതാക്കളുടെ ശ്രദ്ധ അതിലേക്ക് തിരിയുകയും, നിസ്സാരമായ മറ്റു തെറ്റുകൾ അവഗണിക്കപ്പെടുകയും ചെയ്യും.

8. വെറും വായനകൊണ്ട് മാത്രം സംവേദനശേഷി വളർത്തിയെടു ക്കുവാൻ കഴിഞ്ഞെന്നുവരില്ല. പരിചയസമ്പന്നരായവരുടെ എഴു ത്തുകളും, പ്രഭാഷണങ്ങളും, പ്രയോഗങ്ങളും എല്ലാം സഗൗരവം പഠിക്കുകയാണ് വേണ്ടത്. നിലവാരം പുലർത്തുന്ന വാർത്താ

പ്രക്ഷേപണങ്ങൾ, പ്രസംഗങ്ങൾ, സിനിമകൾ തുടങ്ങിയവയെല്ലാം ഇതിനായി പ്രയോജനപ്പെടുത്താവുന്നതാണ്.

നിരന്തര പരിശ്രമങ്ങളിലൂടെയും, പരിശീലനങ്ങളിലൂടെയും ആശയവിനിമയശേഷി ആർക്കും കരസ്ഥമാക്കാം. ഉദ്യോഗാർത്ഥികൾ തിരഞ്ഞെടുക്കുന്ന മേഖല ഏതു തന്നെയായാലും, ജോലി നേടുവാനും, നേടിയെടുത്ത ജോലിയിൽ കരിയർ ഗ്രാഫ് ഉയർത്തുവാനും ആശയവിനിമയശേഷി അനിവാര്യമാണ്. ഈ നിപുണതയ്ക്ക് തൊഴിൽദായകർ കൽപ്പിക്കുന്ന പ്രാധാന്യം വരുംനാളുകളിൽ വർദ്ധിക്കുവാനേ സാധ്യതയുള്ളൂ. ഈ ശേഷി കൈവരിക്കുന്നതിലും, തുടർച്ചയായി വികസിപ്പിക്കുന്നതിലും ഉദ്യോഗാർത്ഥികൾ ഒരിക്കലും ഉദാസീനത കാണിക്കരുത്.

തുടർപഠനത്തിന്റെ അനിവാര്യത

"ഇരുപത്തിയൊന്നാം നൂറ്റാണ്ടിലെ നിരക്ഷരൻ
എഴുതാനും വായിക്കുവാനും അറിയാത്തവനല്ല.
മറിച്ച് പഠിക്കാനും, പഠിച്ചതൊക്കെ മനസ്സിൽ
നിന്ന് പാടെ കളയാനും, വീണ്ടും പുതിയത്
പഠിക്കാനും അറിയാത്തവനാണ്."

ആൽവിൻ ടോഫ്ലർ

മിന്നൽവേഗത്തിൽ സംഭവിക്കുന്ന മാറ്റങ്ങൾക്കിടയിൽ, മനുഷ്യരാശി നേടിയെടുത്ത കഴിവുകളുടെ അതിജീവനശേഷി അതിവേഗം നഷ്ടപ്പെട്ടുകൊണ്ടിരിക്കുകയാണ്. തന്റെ പ്രതിയോഗിയേക്കാൾ എത്ര വേഗത്തിൽ പുത്തൻ കഴിവുകൾ സ്വായത്തമാക്കാൻ കഴിയുന്നു എന്നുള്ളതിനെ ആസ്പദിച്ചാണ് ഇന്നത്തെ തൊഴിൽ വിപണിയിൽ ഒരു ഉദ്യോഗാർത്ഥിയുടെ മത്സരക്ഷമത നിലനിൽക്കുന്നത്. അതിവേഗം മാറിക്കൊണ്ടിരിക്കുന്ന ലോകത്ത് കഴിവുകൾ കാല ഹരണപ്പെട്ടു പോകുന്നത് തടയുവാൻ തുടർപഠനത്തിന് മാത്രമേ കഴിയൂ. ഏതു മേഖലയിലായാലും, പുതുതായി ഉരുത്തിരിഞ്ഞു വരുന്ന സാഹചര്യങ്ങൾക്കനുസരിച്ച് സ്വന്തം കഴിവുകൾ രൂപപ്പെടുത്തിയെടുക്കാൻ കഴിയാത്തവർ, ഇന്നത്തെ മത്സരാധിഷ്ഠിത ലോകത്ത് പിന്തള്ളപ്പെടുമെന്നത് തീർച്ചയാണ്.

എന്താണ് തുടർപഠനം?

ഒരു വ്യക്തിയെ കെട്ടിപ്പടുക്കുന്നതിൽ അയാൾ നേടിയെടുക്കുന്ന അറിവിന് വലിയ പങ്കുണ്ട്. നമ്മുടെ ചിന്തകളും, കഴിവുകളും, വികാരങ്ങളും എല്ലാംതന്നെ രൂപപ്പെടുത്തുന്നതിൽ അറിവ് ഒരു നിർണ്ണായക

ഘടകമാണ്. എന്നാൽ കൃത്യമായ ലക്ഷ്യബോധമില്ലാതെ തുടർച്ചയായി വ്യത്യസ്ത ബിരുദങ്ങൾ നേടുകയും, അതിനുശേഷം മാത്രം ജോലി അന്വേഷിക്കുകയും ചെയ്യുക എന്നതല്ല തുടർപഠനം എന്നതുകൊണ്ട് ഉദ്ദേശിക്കുന്നത്.

കലാലയങ്ങളിൽനിന്നും നേടുന്ന വിജ്ഞാനം പലപ്പോഴും കാലിക പ്രസക്തി നഷ്ടപ്പെട്ടവയോ, അല്ലെങ്കിൽ അതിവേഗത്തിൽ നഷ്ടപ്പെട്ടു കൊണ്ടിരിക്കുന്നവയോ ആയിരിക്കാം. പഠനം ക്ലാസ് മുറികളിലോ, ടെക്സ്റ്റ് ബുക്കുകളിലോ മാത്രം ഒതുങ്ങിനിൽക്കുന്നതല്ല. ജീവിത കാലം മുഴുവൻ നീണ്ടുനിൽക്കുന്ന ഒരു തുടർപ്രക്രിയായി വേണം പഠനത്തെ കാണുവാൻ. സ്വന്തം വളർച്ചലാക്കാക്കി, സ്വന്തം നിയന്ത്രണത്തിലും ഉത്തരവാദിത്വത്തിലും ചിട്ടപ്പെടുത്തുന്നതായിരിക്കണം തുടർപഠനം. ഉയർന്ന ഫീസ് നൽകി നേടുന്ന ഔപചാരിക വിദ്യാഭ്യാസം എല്ലാവർക്കും എല്ലായ്പ്പോഴും സാധ്യമായി എന്ന് വരില്ല. അവസരങ്ങൾക്കൊത്ത് സ്വയം പ്രചോദനമുൾക്കൊണ്ട് അനൗപചാരിക രീതികളിലൂടെ പുത്തൻ വിജ്ഞാനശാഖകളെ്കുറിച്ച് പഠിക്കുവാനുള്ള അവസരമാണ് തുടർപഠനത്തിലൂടെ ലഭ്യമാകുന്നത്. ക്യാമ്പസിൽനിന്നും ലഭിക്കുന്ന വിജ്ഞാനത്തിന് പുറമേ, വ്യക്ത്യാധിഷ്ഠിതവും, സ്വയം നിയന്ത്രിതവുമായ പ്രയത്നങ്ങളിലൂടെ, വ്യക്തിഗത വികസനം ഉറപ്പുവരുത്താനുദ്ദേശിച്ചിട്ടുള്ളതാണ് തുടർപഠനം.

തുടർപഠനത്തിൽ ശ്രദ്ധിക്കേണ്ട കാര്യങ്ങൾ:

തുടർപഠനത്തിന്റെ പൂർണ്ണ ഉത്തരവാദിത്വം അതാത് വ്യക്തികളുടേത് മാത്രമാണ്. ഈ ഉത്തരവാദിത്വ നിർവ്വഹണത്തിന് ഒന്നാമതായി ചെയ്യേണ്ടത് തൊഴിൽ വിപണിയിലെ ചലനങ്ങൾ, പ്രത്യേകിച്ചും സ്വന്തം മേഖലയുമായി ബന്ധപ്പെട്ടവ സൂക്ഷ്മമായി നിരീക്ഷിച്ച്, സ്വന്തം നിലവാരത്തിൽ എന്തെല്ലാമാണ് പോരായ്മകൾ എന്ന് കണ്ടെത്തുക. ഈ പോരായ്മകളെ വസ്തുനിഷ്ഠമായി വിലയിരുത്തി വിടവുകൾ പരിഹരിക്കുവാൻ എന്തെല്ലാമാണ് കൂടുതലായി പഠിച്ചെടുക്കേണ്ടതെന്ന് നിശ്ചയിക്കുക. ഈ വിശകലനത്തിന്റെ അടിസ്ഥാനത്തിലായിരിക്കണം തുടർപഠനത്തിനുള്ള പദ്ധതികളും, കർമ്മ പരിപാടികളുമെല്ലാം ആസൂത്രണം ചെയ്യേണ്ടത്.

രണ്ടാമതായി ചെയ്യേണ്ടത്, തുടർപഠനത്തിനുള്ള പ്രചോദനവും, സാഹചര്യവും സൃഷ്ടിച്ചെടുക്കുക എന്നുള്ളതാണ്. ഇതിനായി തുടർപഠനത്തെ പ്രതികൂലമായി ബാധിക്കുന്ന എല്ലാ ചുറ്റുപാടുകളിൽ നിന്നും അകന്നു നിൽക്കുക. പഠനം നിരുത്സാഹപ്പെടുത്താനിടയുള്ള കൂട്ടുകാർ, അമിതമായ വിനോദവേളകൾ തുടങ്ങിയവ ഇത്തരം ചുറ്റുപാടുകളിൽ

ചിലതു മാത്രമാണ്. പഠിക്കുകയും, പഠിച്ചത് കാലോചിതമല്ലാതായി തീരുമ്പോൾ, പുതിയവ പഠിക്കുകയും ചെയ്യുക എന്നത് അത്യധികം മുൻഗണനയർഹിക്കുന്ന എന്ന കാര്യം മറക്കാതിരിക്കുക. ക്രിയാത്മക മനോഭാവം സൃഷ്ടിക്കാനുതകുന്ന പുസ്തകങ്ങൾ വായിക്കുകയും അവയിൽ നിന്ന് പ്രചോദനമുൾക്കൊള്ളുകയും ചെയ്യുക. നിഷേധാത്മക ചിന്തകൾക്ക് വളം വെക്കുന്ന ഏതു സാഹചര്യങ്ങളിൽനിന്നും തന്ത്രപൂർവ്വം മാറിനിൽക്കുക. തുടർച്ചയായ നൈപുണ്യ നവീകരണത്തിലൂടെ ഉന്നതിയിലെത്തിയവരെയും, അവർ അതിന് സ്വീകരിച്ച മാർഗ്ഗങ്ങളെക്കുറിച്ചുമെല്ലാം കൂടുതൽ കൂടുതൽ മനസ്സിലാക്കുവാൻ ശ്രമിക്കുക.

മൂന്നാമതായി, പഠിക്കേണ്ട വിഷയങ്ങൾ ഏതെല്ലാമെന്നും, ഏതെല്ലാം മാർഗ്ഗങ്ങളിലൂടെ പഠിച്ചെടുക്കാമെന്നും തീരുമാനിക്കുക. തീരുമാനം നടപ്പിൽ വരുത്താനുള്ള വിശദമായ കർമ്മപദ്ധതി ആസൂത്രണം ചെയ്യുകയും, അത് ആത്മാർത്ഥമായി നടപ്പിൽ വരുത്തുകയും ചെയ്യുക. ഏറ്റവും ചുരുങ്ങിയ സമയത്തിനുള്ളിൽ ഏറ്റവും കൂടുതൽ പ്രയോജനം ലഭിക്കുന്ന തരത്തിലായിരിക്കണം ക്രമീകരണങ്ങൾ. കർമ്മപദ്ധതി മുൻകൂട്ടി നിശ്ചയിക്കപ്പെട്ട മുൻഗണനാക്രമമനുസരിച്ച് തന്നെയാണോ മുന്നോട്ടു പോകുന്നത് എന്ന് അടിക്കടി വിലയിരുത്തുകയും, ആവശ്യമായ തിരുത്തലുകൾ വരുത്തുകയും ചെയ്യുക. നാലാമതായി, ശ്രദ്ധിക്കേണ്ടത് പഠനത്തിന്റെ വേഗതയാണ്. തുടർപഠനത്തിന്റെ കാര്യത്തിൽ വേഗതയ്ക്ക് വളരെയധികം പ്രാധാന്യമുണ്ട്. അതിവേഗ മാറ്റങ്ങൾക്കിടയിൽ പുതുതായി നേടുന്ന വിജ്ഞാനത്തിന്റെ പ്രസക്തി കുറയുവാൻ സാദ്ധ്യതയുണ്ട്. അതിനാൽ എല്ലാം കാത്തിരുന്ന് കാണാം എന്ന മെല്ലെപ്പോക്ക് നയം ഒട്ടും സ്വീകാര്യമല്ല.

സ്വന്തം മേഖലയെക്കുറിച്ച് കൂടുതൽ അറിയുവാനുള്ള ജിജ്ഞാ സയും അത് പഠിച്ചെടുക്കുവാനുള്ള അഭിനിവേശവും ഉണ്ടെങ്കിൽ മാത്രമേ ഫലപ്രദമായ തുടർപഠനം സാദ്ധ്യമാകൂ. എല്ലാം അറിയുന്നവരേക്കാൾ കൂടുതൽ ശോഭിക്കുന്നത് എല്ലാം പഠിച്ചെടുക്കാൻ തയ്യാറായിട്ടുള്ളവരാണ്. ഇരുപത്തിയൊന്നാം നൂറ്റാണ്ടിൽ ഏറ്റവും വിലമതിക്കപ്പെടുന്ന കഴിവ്, പുത്തൻ നൈപുണ്യങ്ങൾ അതിവേഗം കരസ്ഥമാക്കുവാനുള്ള കഴിവാണ്. മറ്റെല്ലാ കഴിവുകളും കാലഹരണപ്പെടുമ്പോഴും ഈ കഴിവ് മുതൽക്കൂട്ടായിട്ടുള്ളവർ സ്വന്തം പ്രസക്തി നിലനിർത്തുന്നു. പുതിയ നൈപുണ്യങ്ങൾ പഠിക്കപ്പെടുന്നതിന്റെ അത്രതന്നെ പ്രാധാന്യം പഴയവ കൈവിടുന്നതിനും കൈവന്നിരിക്കുന്നു. പുതിയ കാര്യങ്ങൾ പഠിക്കണമെങ്കിൽ, പഴയവ പലതും ഉപേക്ഷിച്ചേ പറ്റൂ. കാലഹരണപ്പെട്ടുപോയ കഴിവുകളോട് ഗൃഹാതുരത്വം പുലർത്തുന്നത്, പുതിയവ നേടുന്നതിന് തടസ്സ മാകാതെ സൂക്ഷിക്കണം. ഇവിടെയാണ് തുടർച്ചയായ ലേണിങ്ങ്,

അൺലേണിങ്ങ്, റീലേണിങ്ങ് എന്ന പ്രക്രിയയുടെ പ്രസക്തി. ഈ പ്രക്രിയയിലൂടെ കാലോചിതമായ കഴിവുകൾ നേടിയെടുക്കുക എന്നതായിരിക്കണം തുടർപഠനത്തിന്റെ ലക്ഷ്യം.

ദ്രുതഗതിയിൽ മാറിക്കൊണ്ടിരിക്കുന്ന ലോകത്ത് സ്വന്തം പ്രസക്തി നഷ്ടപ്പെടാതിരിക്കണമെങ്കിൽ സ്വയം മാറുകയേ നിവൃത്തിയുള്ളൂ. ഇന്ന് അറിവിന്റെ വളർച്ച അതിവേഗത്തിലാണ് സംഭവിക്കുന്നത്. ഒന്നുകിൽ വളരുക, അല്ലെങ്കിൽ തളരുക എന്ന രണ്ടു വഴികൾ മാത്രമേ നിലവിലുള്ളൂ. ഇതിന് രണ്ടിനുമിടയിൽ മാറ്റമില്ലാതെ അതേപോലെ തുടരുക എന്ന മദ്ധ്യമാർഗ്ഗം ഇന്ന് നിലവിലില്ല.

വിജ്ഞാനത്തിന്റെയും, നൈപുണ്യത്തിന്റെയും രംഗത്ത് നടക്കുന്ന ഈ മാറ്റങ്ങൾക്കൊപ്പം ഓടിയെത്തുവാൻ തുടർപഠനത്തിലൂടെ മാത്രമേ കഴിയൂ. നിങ്ങളുടെ തുടർപഠനത്തിന്റെ ഉത്തരവാദിത്വം ഏറ്റെടുക്കുന്നതിലൂടെ നിങ്ങൾ നിങ്ങളുടെ ജീവിതത്തിന്റെ ഉത്തരവാദിത്വമാണ് ഏറ്റെടുക്കുന്നത് എന്നോർക്കുക.

തുടർപഠനം കൊണ്ടുള്ള പ്രയോജനങ്ങൾ എന്തെല്ലാം?

കാർഷിക സമ്പദ്‌വ്യവസ്ഥയിൽ നിന്നാരംഭിച്ച് വ്യവസായത്തിലൂടെ കടന്ന് ഇന്ന് നാം എത്തിനിൽക്കുന്നത് വിജ്ഞാനത്തിന്റെ യുഗത്തിലാണ്. അറിവിലധിഷ്ഠിതമായ സമ്പദ്‌വ്യവസ്ഥ എന്ന് സാരം. അറിവാണ് ഇന്നത്തെ മൂലധനം. അതുകൊണ്ടുതന്നെ അതിന്റെ വർദ്ധനയും അതിപ്രധാനമാണ്. ഇന്നത്തെ പരിതസ്ഥിതിയിൽ കാലോചിതമായ അറിവ് നേടുകയും തുടർ പഠനത്തിലൂടെ അത് കാലോചിതമായി തന്നെ നിലനിർത്തുകയും ചെയ്യുക എന്നുള്ളത് വളർച്ചയ്ക്കു മാത്രമല്ല നിലനിൽപ്പിനു തന്നെ ഒഴിച്ചുകൂടാനാവാത്തതായി തീർന്നിരിക്കുന്നു.

ചിട്ടയോടെ ക്രമീകരിച്ച കാലാനുസൃതമായ തുടർപഠന പ്രക്രിയയിലൂടെ നേടാവുന്ന പ്രയോജനങ്ങൾ എന്തെല്ലാമാണെന്ന് നോക്കാം.

1. ഏത് മേഖലയിലായാലും സ്വന്തം ജോലിക്ക് ആവശ്യമായതും, ഭാവിയിൽ ആവശ്യമായേക്കാവുന്നതുമായ അറിവുകളും കഴിവുകളും നേടിയെടുക്കുവാനും, ഇതിലൂടെ തൊഴിൽ വിപണിയിലെ മത്സരക്ഷമത നിലനിർത്തുവാനും സഹായിക്കുന്നു.
2. അതിവേഗം മാറുന്ന സാഹചര്യങ്ങളോട് പൊരുത്തപ്പെട്ട് പോകാനുള്ള കഴിവാണ് എന്നത്തെയും മുഖ്യ അതിജീവന രഹസ്യം. ഈ കഴിവ് കരസ്ഥമാക്കുവാൻ തുടർപഠനം വളരെയേറെ സഹായിക്കും.
3. തുടർച്ചയായ സ്വയം നവീകരണം ഇന്നത്തെ സാഹചര്യത്തിൽ ഏതൊരു വ്യക്തിക്കും അനുപേക്ഷണീയമാണ്. സ്വയം

നവീകരണത്തിനുള്ള ഏറ്റവും ഫലപ്രദമായ മാർഗ്ഗമാണ് തുടർ പഠനം. തൊഴിൽ മേഖലയെ മാത്രമല്ല ജീവിതത്തിന്റെ എല്ലാ വശങ്ങളെയും ബാധിക്കുന്നതാണ് സ്വയം നവീകരണം.

4. അറിവും കഴിവും വർദ്ധിപ്പിക്കുന്നതിലൂടെ ആത്മവിശ്വാസം വർദ്ധിക്കുകയും, അത് മുന്നോട്ടേയ്ക്കുള്ള പ്രയാണത്തിനും പ്രയത്നങ്ങൾക്കും കൂടുതൽ പ്രചോദനം നൽകുകയും ചെയ്യുന്നു.
5. തുടർപഠനം ജീവിത ലക്ഷ്യങ്ങൾക്കും, അത് നേടിയെടുക്കാൻ സ്വീകരിക്കേണ്ട മാർഗ്ഗങ്ങൾക്കും കൂടുതൽ വ്യക്തത കൈവരുത്തുന്നു.
6. സാങ്കേതിക വിദ്യാരംഗത്ത് ദ്രുതഗതിയിൽ സംഭവിച്ചുകൊണ്ടിരിക്കുന്ന മാറ്റങ്ങൾക്കൊപ്പം ഓടിയെത്തുവാനും പ്രൊഫഷണൽ മികവ് നിലനിർത്തുവാനും തുടർപഠനത്തിലൂടെ സാദ്ധ്യമാകുന്നു.
7. മാറുന്ന പരിസ്ഥിതികൾക്കനുസരിച്ച്, പുതുതായി സൃഷ്ടിക്കപ്പെടുന്ന അവസരങ്ങൾക്കായി നിങ്ങളെ തയ്യാറാക്കുന്നു.
8. കൂടുതൽ അറിവും കഴിവും നേടുന്നതിലൂടെ വരുമാനം വർദ്ധിപ്പിക്കുവാനുള്ള സാദ്ധ്യതകളും കൂടുന്നു. കാലഹരണപ്പെട്ടു പോയ കഴിവുകൾ വരുമാന വർദ്ധനയ്ക്കുതകില്ല. ലേണിങ്ങും, ഏണിങ്ങും തമ്മിൽ അഭേദ്യമായ ബന്ധമുണ്ട്.
9. അറിവിന്റെ അതിവേഗ വളർച്ചയും, വ്യാപനവും പല സങ്കീർണതകൾക്കും കാരണമാകുന്നുണ്ട്. ഈ സങ്കീർണ്ണതകളുയർത്തുന്ന വെല്ലുവിളികളെ നേരിടുവാൻ തുടർപഠനം വലിയൊരളവുവരെ സഹായകമാകുന്നു.
10. കർമ്മരംഗത്തെ നിലനിൽപ്പിന് അവശ്യംവേണ്ട പല കഴിവുകളും ക്ലാസ്സ് മുറികളിൽനിന്നും പൂർണ്ണമായും ലഭിക്കുന്നില്ല. ആശയവിനിമയശേഷി, നേതൃപാടവം, മാറുന്ന സാഹചര്യങ്ങളോടിണങ്ങിച്ചേരാനുള്ള കഴിവ് തുടങ്ങിയവ ഉദാഹരണങ്ങളാണ്. ഈ വിടവ് നികത്തുവാൻ തുടർപഠനം വളരെയധികം സഹായിക്കുന്നു.

മാറ്റങ്ങൾ അനിവാര്യമാണ്. അവയെ തടുത്തുനിർത്താൻ ഒന്നിനും സാദ്ധ്യമല്ല. മാറ്റങ്ങളെ മറികടക്കുവാൻ സ്വന്തം കഴിവുകൾ തേച്ചുമിനുക്കി അതിജീവനത്തിന് തയ്യാറാകുകയേ വഴിയുള്ളൂ. ഇതിനായി സ്വന്തം അറിവും വൈദഗ്ദ്ധ്യവും നിരന്തരം നവീകരിക്കേണ്ടതുണ്ട്. തുടർപഠനം ജീവിതത്തിന്റെ ഭാഗമായി മാറുമ്പോഴേ ഇത് സാദ്ധ്യമാകൂ. കലാലയങ്ങളിൽനിന്നും ലഭിക്കുന്ന വിജ്ഞാനം ജീവിതകാലം മുഴുവൻ പ്രയോജനപ്പെട്ടിരുന്ന ഒരു കാലഘട്ടമുണ്ടായിരുന്നു.

ആ കാലം ഇനി ഒരിക്കലും തിരിച്ചു വരാനിടയില്ല. ഇന്ന് വിജ്ഞാന രംഗത്ത് സ്ഫോടനാത്മകമായ മാറ്റങ്ങളാണ് അനുനിമിഷം സംഭവിച്ചു കൊണ്ടിരിക്കുന്നത്, സാങ്കേതികവിദ്യയുടെ കാര്യത്തിൽ പ്രത്യേകിച്ചും. ഈ സാഹചര്യത്തിൽ ഇന്ന് ബിരുദം നേടുന്ന വിദ്യാർത്ഥികൾ സംഭവിക്കുന്ന മാറ്റങ്ങൾക്കനുസരിച്ച് സ്വയം നവീകരണം നടത്തുന്നില്ലെങ്കിൽ ചുരുങ്ങിയ കാലയളവിൽതന്നെ നിരക്ഷരർക്ക് സമാനമായി തീരുമെന്നുള്ളത് നിസ്തർക്കമാണ്.

തൊഴിൽ വിപണിയ്ക്ക് എപ്പോഴും ആവശ്യം ഒരു പുതിയ നിങ്ങളെയാണ്. കാലത്തിനനുയോജ്യമായ അറിവു നേടുന്നതിലൂടെ മാത്രമേ നിങ്ങളുടെ പുതുമ നിലനിർത്താൻ പറ്റൂ. ഈ പുതുമ നിലനിർത്തുവാനുള്ള ഏറ്റവും ഫലപ്രദമായ ഉപകരണമാണ് ജീവിതം മുഴുവനും നീണ്ടുനിൽക്കുന്ന തുടർപഠനം.

ക്യാമ്പസും കരിയറും - രണ്ട് വ്യത്യസ്ത ലോകങ്ങൾ

ഭാവനാപൂർണ്ണവും സ്വപ്ന സുന്ദരവുമായ ക്യാമ്പസ് ജീവിതത്തിൽ നിന്ന് കരിയറിന്റേതായ വർത്തമാനകാല യാഥാർത്ഥ്യങ്ങളിലേക്കുള്ള പ്രയാണം പലർക്കും ദുഷ്ക്കരവും വെല്ലുവിളികൾ നിറഞ്ഞതുമാണ്. കരിയറിന്റെ ഭാവി നിശ്ചയിക്കുന്നതിൽ പ്രാരംഭ ഘട്ടത്തിന് നിർണ്ണായകമായ സ്വാധീനമുണ്ട്. ജോലിലഭിക്കുക എന്നതിനെക്കാൾ ശ്രമകരമാണ് ലഭിച്ച ജോലി നിലനിർത്തുന്നതും വിജയകരമായി മുന്നോട്ട് കൊണ്ടുപോകുന്നതും. പുതുതായി ജോലിയിൽ പ്രവേശിച്ചവരിൽ 46 ശതമാനത്തോളം പേർ ആദ്യ 18 മാസങ്ങൾക്കുള്ളിൽ തന്നെ പരാജയപ്പെടുന്നതായി പല പഠനങ്ങളും വ്യക്തമാക്കുന്നു. ഇതിന് പല കാരണങ്ങളുണ്ട്.

ബിസിനസ്സിന്റെ രൂപവും ഭാവവും അതിരുകളും ഉള്ളടക്കവും എല്ലാം തന്നെ അതിവേഗം മാറിക്കൊണ്ടിരിക്കുന്നു. ഈ മാറ്റങ്ങൾ ക്കൊപ്പം ഓടിയെത്താൻ പലപ്പോഴും നമ്മുടെ വിദ്യാഭ്യാസമേഖലയ്ക്ക് കഴിയാതെ പോകുന്നു. ഈ സ്ഥിതി വിശേഷം ഇന്നത്തെ തൊഴിലന്വേഷകരിൽ ഗൗരവതരമായ Skill Gap സൃഷ്ടിച്ചിരിക്കുന്നു. വേറൊന്ന് സ്വന്തം കഴിവ് ഏത് രംഗത്താണെന്ന് മനസ്സിലാക്കി അതിനനുയോജ്യമായ കർമ്മ മേഖല തിരഞ്ഞെടുക്കാൻ പറ്റാത്തതാണ്. എല്ലാ വിത്തുകളും എല്ലാ മണ്ണിലും ഒരുപോലെ വളരുന്നില്ല എന്ന സത്യം മനസ്സിലാക്കാതെ ഒഴുക്കിനൊത്ത് നീന്തി ഒട്ടും അനുയോജ്യമല്ലാത്ത മേഖലയിൽ എത്തി

പ്പെടുന്നവരാണ് പലപ്പോഴും പരാജയം ഏറ്റുവാങ്ങുന്നത്. മറ്റൊരു കാരണം കാമ്പസിൽ നിന്നും നേടിയ പുസ്തകാധിഷ്ഠിത വിജ്ഞാനം തൊഴിലിടങ്ങളിലെ പ്രായോഗിക വെല്ലുവിളികൾ നേരിടാൻ പര്യാപ്തമല്ല എന്നുള്ളതാണ്. തൊഴിലിടങ്ങളിൽ വിജ്ഞാനത്തിനു പുറമെ വൈകാരികമായ മറ്റു പല കഴിവുകളും കൂടി ആവശ്യമാണ്. ക്യാമ്പസിലെ വിജയത്തിനാവശ്യമായ മാനസിക ചട്ടക്കൂടല്ല തൊഴിലിടങ്ങളിൽ വേണ്ടത്. വിജ്ഞാനത്തെക്കാൾ നൈപുണ്യങ്ങൾക്കാണിവിടെ പ്രാധാന്യം.

കരിയർ ക്യാമ്പസിൽ നിന്നും വ്യത്യസ്തമാകുന്നതെങ്ങിനെ?

കരിയറിൽ പ്രവർത്തനം വിലയിരുത്തുന്നതിന്റെ മാനദണ്ഡങ്ങൾ ക്യാമ്പസിലെതിൽ നിന്നും തികച്ചും വിഭിന്നമാണ്. ക്യാമ്പസിലെ പരീക്ഷകളിൽ വിജ്ഞാനത്തിനാണ് മുൻതൂക്കം. എന്നാൽ കരിയറിൽ ഇത് മാത്രമല്ല പരിഗണിക്കുന്നത്. നേടിയ വിജ്ഞാനം സ്ഥാപനത്തിന്റെ മൂല്യവർധനക്കായി എത്രത്തോളം പ്രയോജന പ്പെടുമെന്ന് മാത്രമാണ് തൊഴിലുടമകൾ നോക്കുന്നത്. ഇതിനുതകാത്ത വിജ്ഞാനത്തിന് സ്ഥാപനങ്ങൾ യാതൊരു വിലയും കല്പിക്കുന്നില്ല. എല്ലാവിലയിരുത്തലുകളുടെയും അടിസ്ഥാനം സ്ഥാപനത്തിന്റെ മൂല്യവർധന മാത്രമാണ്.

ക്യാമ്പസിൽ വ്യക്തിപരമായ മികവിനാണ് പ്രാധാന്യമെങ്കിൽ കരിയറിൽ ടീം വർക്കിനാണ് പരിഗണന. സഹപ്രവർത്തകരുടെ കുറവുകൾ പരിഹരിക്കാൻ സ്വന്തം കഴിവുകൾ വിനിയോഗിക്കുന്നവരെയാണ് തൊഴിലിടങ്ങൾ സ്വാഗതം ചെയ്യുന്നത്. വ്യക്തിപരമായി എത്രതന്നെ മികവുള്ളവരായിരുന്നാലും മറ്റുള്ളവർക്കൊപ്പം യോജിച്ച് മുന്നോട്ടുപോകാൻ കഴിവില്ലാത്തവർ കരിയറിൽ നിഷ്കരുണം പിന്തള്ളപ്പെടുന്നു. കരിയറിൽ ഞാൻ എന്നതിനെക്കാൾ പ്രാധാന്യം ഞങ്ങൾ എന്നതിനാണ്.

ക്യാമ്പസിൽ വളർച്ച സമാന്തരമായാണ് സംഭവിക്കുന്നത്. എന്നാൽ കരിയറിൽ വളർച്ച ലംബമായാണ് മുന്നോട്ട് പോകുന്നത്. ക്ലാസ്സിൽ ഒരു വിദ്യാർത്ഥി ഒരിക്കലും മറ്റൊരു വിദ്യാർഥിയുടെ മേലധികാരിയാകുന്നില്ല. പക്ഷേ കരിയറിൽ ഇതല്ല അവസ്ഥ. ഒരേ പദവിയിൽ ഒരുമിച്ചിരുന്നവരാണ് ഒരു സുപ്രഭാതത്തിൽ നിങ്ങളുടെ മേലധികാരിയായി ഉരുത്തിരിയുന്നത്. കാമ്പസിലേതുപോലെ ഒരു നിശ്ചിതമാർക്ക് ലഭിക്കുന്ന എല്ലാവരും മുന്നോട്ടു പോകുന്നില്ല. കരിയറിന്റെ പാത എല്ലായ്പോഴും ഒരു പിരമിഡ് രൂപത്തിലാണ്. മുകളിലോട്ട് പോകുതോറും ഇടം കുറഞ്ഞുവരുന്നു. താഴെ തട്ടിൽ ഒരുപാട് പേരെ ഉൾക്കൊള്ളാൻ കഴിയുമെങ്കിലും മുകളിലേക്ക് പോകുതോറും ഇത് സാധ്യമല്ലാതെ വരുന്നു. ഇത്

കഴുത്തറുപ്പൻ മത്സരങ്ങൾക്ക് കാരണമായിതീരുന്നു. കാമ്പസിൽ വിവിധ ഘട്ടങ്ങളിലായി നടക്കുന്ന പരീക്ഷകളിൽ മാത്രമാണ് വിദ്യാർത്ഥികൾ വിലയിരുത്തപ്പെടുന്നത്. എന്നാൽ കരിയറിൽ ഓരോ നിമിഷവും നിങ്ങൾ വിലയിരുത്തപ്പെടുന്നു. സ്വന്തം മികവും, വ്യത്യസ്തതയും തെളിയിക്കുവാനുള്ള ഒരുവസരവും നഷ്ടപ്പെടുത്താതിരിക്കുവാൻ ജാഗ്രത പുലർത്തുന്നവർക്കു മാത്രമെ മുകളിലേക്കുള്ള യാത്ര സുഗമമാകു.

തെറ്റുകൾ പൊറുക്കാനും തിരുത്താനും സന്മനസ്സ കാണിക്കുന്ന അദ്ധ്യാപകരായിരിക്കും ക്യാമ്പസിൽ വിദ്യാർഥികളെ നയിക്കുന്നത്. പക്ഷേ കരിയറിലെ മേലധികാരികൾ പലപ്പോഴും അങ്ങനെയായിക്കൊള്ളണമെന്നില്ല. ഈ സാഹചര്യത്തിൽ നിസ്സാര വീഴ്ചകൾക്കുപോലും വലിയ വില നൽകേണ്ടി വന്നേയ്ക്കാം. മാത്രമല്ല, കരിയറിൽ നിങ്ങളെ പഠിപ്പിക്കുവാനോ, പരിശീലിപ്പിക്കാനോ ആരും ഉണ്ടായില്ലെന്നും വരാം. എല്ലാം സ്വയം ചെയ്യേണ്ടതായി വന്നേക്കാം. ഈ സ്വയം പഠനത്തിനാവശ്യമായ യാതൊരു പരിശീലനവും ക്യാമ്പസ്സിലെ സ്പൂൺഫീഡിങ്ങിന്റെ കാലത്ത് ലഭിച്ചിട്ടുണ്ടാകില്ല. ഇതു പലർക്കും ഗൗരവതരമായ പ്രശ്നങ്ങൾ സൃഷ്ടിക്കാറുണ്ട്.

വ്യത്യസ്തതകളെ എങ്ങനെ അതിജീവിക്കാം?

ആദ്യമായി ചെയ്യേണ്ടത് പഠനം കഴിയുന്നതോടെ ജോലിചെയ്യാൻ പൂർണ്ണമായും സജ്ജമായി കഴിഞ്ഞു എന്ന മിഥ്യധാരണ തിരുത്തികുറിക്കുകയാണ്. പഠനം ഒരിക്കലും പൂർത്തിയാകുന്നില്ല. അത് ജീവിതാവസാനം വരെ തുടർന്നുകൊണ്ടേയിരിക്കേണ്ട ഒരു പ്രക്രിയയാണ് എന്ന് മനസ്സിലാക്കുക. ഓരോ 72 മണിക്കൂറിലും വിജ്ഞാനം ഇരട്ടിച്ചുകൊണ്ടിരിക്കുന്ന ആധുനിക പശ്ചാത്തലത്തിൽ തുടർപഠനം അനിവാര്യമായി തീർന്നിരിക്കുന്നു. അതിനാൽ വജ്രമാണെന്ന് വിശ്വസിക്കുമ്പോഴും അത് മിനുക്കപ്പെടാത്ത വജ്രമാണെന്ന് തിരിച്ചറിയുക. പലപ്പോഴും സമയോചിതമല്ലാത്ത സിലബസ്സിൽ നിന്നും, ടെക്സ്റ്റുബുക്കുകളിൽ നിന്നും ലഭിക്കുന്ന വിജ്ഞാനം പ്രായോഗികതലത്തിൽ കാലഹരണപ്പെട്ടു കഴിഞ്ഞവയായിരിക്കും. അതിനാൽ ആരിൽ നിന്നും, ഏതുകോണിൽ നിന്നും വരുന്ന വിജ്ഞാനത്തെ തുറന്നമനസ്സോടെ സ്വാഗതം ചെയ്യുക. അജ്ഞത ഒരു നാണക്കേടല്ല. എന്നാൽ പഠിക്കാൻ വിസമ്മതിക്കുന്നത് പിന്നീട് സംഭവിച്ചേക്കാവുന്ന വലിയ നാണക്കേടുകൾക്ക് വഴിമരുന്നിടും. ഒരിക്കലും പൂർണ്ണത കൈവരിച്ച ഒരു ഉൽപ്പന്നമായി സ്വയം കരുതാതെ എല്ലായ്പോഴും മാറ്റുകൂട്ടികൊണ്ടിരിക്കുവാനായി ശ്രമിക്കുക. ഏത് കാര്യത്തിലാണ് അപര്യാപ്തത എന്ന് മനസ്സിലാക്കി അത് പരിഹരിക്കുവാനുള്ള പരിശ്രമങ്ങൾ തുടർന്നു കൊണ്ടേയിരിക്കുക. ലഭിച്ച തൊഴിലുകൾ നിലനിർത്തുന്നതിന് നൈപുണ്യങ്ങളുടെ തുടർച്ചയായ നവീകരണം

ഒഴിച്ചുകൂടാനാവാത്തതാണ്. അതിജീവനത്തിന് തുറന്നു കിട്ടിയ അവസരങ്ങളെ ഒരിക്കലും പാഴാക്കാതെ പരമാവധി പ്രയോജനപ്പെടുത്തുക.

സ്ഥാപനങ്ങളിലെ അധികാരകേന്ദ്രങ്ങളെ ആരംഭത്തിൽത്തന്നെ തിരിച്ചറിയുക. ഓർഗനൈസേഷൻ ചാർട്ടിൽ രൂപപ്പെടുത്തിയിട്ടുള്ള പല അധികാര കേന്ദ്രങ്ങളും യാഥാർത്ഥ്യമായിക്കൊള്ളണമെന്നില്ല. കോർപ്പറേറ്റ് രംഗത്ത് എഴുതപ്പെട്ട നിയമങ്ങളെക്കാൾ പ്രാധാന്യം അലിഖിത നിയമങ്ങൾക്കാണെന്ന് തിരിച്ചറിഞ്ഞ് അവ കഴിയുന്ന വേഗത്തിൽ ഉൾക്കൊള്ളാൻ ശ്രമിക്കുക.

ഏല്പിച്ച ജോലി താമസംവിനാ ചെയ്ത് തീർക്കാൻ ശ്രമിക്കുക. നിശ്ചിത ലക്ഷ്യങ്ങൾ കൈവരിക്കാനല്ല അവയെ മറികടക്കാനായിരിക്കണം ശ്രമിക്കേണ്ടത്. എക്സട്രാ മൈൽ സഞ്ചരിക്കുവാൻ കഴിയുന്നവരാണ് എല്ലായപോഴും ശ്രദ്ധിക്കപ്പെടുന്നത്.

തൊഴിലിടങ്ങളിൽ ടീം വർക്കിനുള്ള പ്രാധാന്യം മനസ്സിലാക്കി വ്യക്തിബന്ധങ്ങൾ ശക്തിപ്പെടുത്തുക. മനുഷ്യർ ഒറ്റപ്പെട്ട ദ്വീപുകളൊ, സ്വയം പര്യാപ്തരോ അല്ല. എല്ലായ്പ്പോഴും പരസ്പരപൂരകങ്ങളായ വ്യക്തികളായി പ്രവർത്തിക്കാനായിരിക്കണം ശ്രമം. സോഫ്റ്റ്സ്കിൽസിന്റെ അഭാവം ഈ രംഗത്ത് വലിയ പ്രശ്നങ്ങൾ സൃഷ്ടിക്കാറുണ്ട്. ഇത് പരിഹരിക്കുവാനായി സർക്കാറിന്റെതും അല്ലാത്തതുമായ പല സ്ഥാപനങ്ങളും പല പരിശീലന പരിപാടികളും നടത്താറുണ്ട്. അവരുടെ സേവനം പരമാവധി പ്രയോജനപ്പെടുത്തുക.

ആരംഭഘട്ടത്തിലെ അബദ്ധങ്ങൾ ഒഴിവാക്കുവാൻ ചെയ്യേണ്ടത്

ഏത് കമ്പനിയിലായാലും ഏതു മേഖലയിലായാലും കാരിയറിന്റെ ആദ്യഘട്ടങ്ങൾ നിർണ്ണായകങ്ങളാണ്. ഈ ഘട്ടത്തിൽ സംഭവി ക്കുന്ന അബദ്ധങ്ങൾ എല്ലാവരുടെയും ശ്രദ്ധയിൽപ്പെടുവാനുള്ള സാദ്ധ്യത വളരെയേറെയാണ്. ഈ ഘട്ടത്തിൽ അബദ്ധങ്ങൾ സംഭവിക്കാനുള്ള സാദ്ധ്യതകളും അധികമാണ്. അതൊഴിവാക്കുവാനുള്ള ചില നിർദ്ദേശങ്ങളാണ് താഴെ കൊടുത്തിരിക്കുന്നത്.

1. ആദ്യനാളുകളിൽ തന്നെ ജോലിചെയ്യുന്ന സ്ഥാപനത്തെക്കുറിച്ചും ജീവനക്കാരെ കുറിച്ചുമെല്ലാം കഴിയുന്നത്ര വിവരങ്ങൾ മനസ്സിലാക്കുക.
2. ആരോഗ്യകരമായ വ്യക്തിബന്ധങ്ങൾ സൃഷ്ടിക്കുകയും, കോട്ടം തട്ടാതെ നിലനിർത്തുകയും ചെയ്യുക.

3. കേട്ടുകേൾവികൾ വിശ്വസിച്ച്, കിംവദന്തികൾ പ്രചരിപ്പിക്കാതിരിക്കുക. ഉപജാപക സംഘങ്ങളിൽ നിന്നും തന്ത്രപരമായി അകന്ന് നില്ക്കുക.
4. ഏതു സാഹചര്യത്തിലും വ്യക്തിപരമായ സത്യസന്ധതയും, വിശ്വസനീയതയും കാത്ത് സൂക്ഷിക്കുക.
5. അനുയോജ്യരായ മാർഗദർശികളെ ആദ്യഘട്ടത്തിൽ തന്നെ കണ്ടെത്തുകയും പ്രയോജനപ്പെടുത്തുകയും ചെയ്യുക.
6. എല്ലാം തികഞ്ഞവരാണെന്ന് നടിക്കാതെ മറ്റുള്ളവരിൽ നിന്ന് കഴിയുന്നത്ര കാര്യങ്ങൾ മനസ്സിലാക്കിയെടുക്കുവാൻ ശ്രമിക്കുക.
7. കൂടുതൽ ഉത്തരവാദിത്വങ്ങൾ ഏറ്റെടുക്കാൻ ലഭിക്കുന്ന ഒരവസരവും പാഴാക്കാതിരിക്കുക.
8. പുത്തൻ അറിവുകൾ സ്വീകരിക്കുന്ന കാര്യത്തിൽ മുൻവിധികൾ ഒഴിവാക്കി തുറന്ന സമീപനം സ്വീകരിക്കുക.

ഒരു ജോലി കണ്ടെത്തുകയും, കൈക്കലാക്കുകയും ചെയ്യുന്നതിനേക്കാൾ പ്രയാസമാണ് കിട്ടിയ ജോലി നിലനിർത്താനും, വിജയകരമായി മുന്നോട്ടു കൊണ്ടുപോകാനും. കോവിഡ് സൃഷ്ടിച്ച അതിവേഗ മാറ്റങ്ങളെ അതിജീവിക്കുവാൻ വിദ്യാഭ്യാസകാലത്ത് ലഭിച്ച വിജ്ഞാനം മാത്രം മതിയായിയെന്ന് വരില്ല. പ്രയോഗക്ഷമമല്ലാത്ത വിജ്ഞാനം ഇന്നത്തെ സാഹചര്യത്തിൽ ഒരു തൊഴിലുടമയും ആഗ്രഹിക്കില്ല. ഇന്ന് ബിസിനസ് രംഗത്ത് നിലനിൽക്കുന്ന അനിശ്ചിതാവസ്ഥയുടെ അന്തരീക്ഷത്തിൽ വിജയിക്കുവാനുള്ള പരിശീലനങ്ങളൊന്നും തന്നെ, ആദ്യമായി ക്യാമ്പസിൽനിന്നും കരിയറിലേക്ക് കടന്നുവരുന്നവർക്കുണ്ടായിക്കൊള്ളണമെന്നില്ല. ഈ പോരായ്മ നികത്താനാണ് ആദ്യ തൊഴിലവസരം ഫലപ്രദമായി ഉപയോഗിക്കേണ്ടത്. ജ്വലിക്കുന്ന ആഗ്രഹങ്ങളും, പ്രവർത്തിക്കുവാനുള്ള ആവേശവും ഉള്ളിൽ സൂക്ഷിക്കുന്നവരെ തടസ്സപ്പെടുത്തുവാൻ ഒരു മഹാമാരിക്കും സാധ്യമാകില്ല.

കരിയർ ക്യാപിറ്റലും ജോബ് ക്രാഫ്റ്റിങ്ങും- പ്രസക്തിയും പ്രയോജനവും

"എന്റെ ദർശനം ചലനാത്മകമാണ്
പുതിയ സാഹചര്യങ്ങളും, അവസരങ്ങളും
ഉയർന്നു വരുന്നതിനനുസരിച്ച്
അത് ദിനംപ്രതി മാറിക്കൊണ്ടിരിക്കുന്നു."

ലക്ഷ്മിനാരായൺ മിത്തൽ

ഉദ്യോഗലബ്ധിക്കായുള്ള കടുത്ത മത്സരങ്ങൾക്കിടയിൽ, തൊഴിലന്വേഷകർക്ക് ഫലപ്രദമായി വിനിയോഗിക്കാനുതകുന്ന രണ്ട് ആധുനിക ആശയസംഹിതകളാണ് കരിയർ ക്യാപിറ്റലും ജോബ് ക്രാഫ്റ്റിങ്ങും. 1994ൽ റോബർട്ട് ജെ. ഡിഫെലിപ്പി, മൈക്കിൾ ആർതർ എന്നീ രണ്ട് ഓർഗനൈസേഷണൽ സൈക്കോളജിസ്റ്റുകൾ ചേർന്നാണ് കരിയർ ക്യാപിറ്റൽ എന്ന ആശയത്തിനു രൂപം നൽകിയത്.

എന്താണ് കരിയർ കാപ്പിറ്റൽ?

ഇന്ന് കരിയർ ഡെവലപ്മെന്റ് രംഗത്ത് വളരെ വ്യാപകമായി ഉപയോഗിക്കപ്പെടുന്ന ഒരു പദമാണ് കരിയർ ക്യാപിറ്റൽ എന്നത്. ഒരു വ്യക്തിയുടെ കരിയർ പാത വ്യക്തമായി നിർവ്വചിക്കുവാനും, വളർത്തി കൊണ്ടുപോകാനും ഉതകുന്ന, അമൂല്യവും, അപൂർവ്വവുമായ ഏതാനും ചില നൈപുണ്യങ്ങളുടെ സഞ്ചയം - അതാണ് കരിയർ ക്യാപിറ്റൽ എന്ന പദം കൊണ്ട് അർത്ഥമാക്കുന്നത്.

തൊഴിലുടമകൾ വിലമതിക്കുന്ന വല്ലതും നിങ്ങൾക്ക് നൽകാൻ കഴിയുമ്പോൾ മാത്രമേ, നിങ്ങൾ വിലമതിക്കുന്ന വല്ലതും തൊഴിലുടമകളിൽ നിന്ന് പ്രതീക്ഷിക്കേണ്ടതുള്ളൂ.

കരിയർ ക്യാപിറ്റൽ എന്ന മുതൽമുടക്ക് യോഗ്യതകളുടെയും, കഴിവുകളുടെയും രൂപത്തിലാണ് സ്വരൂപിക്കപ്പെടേണ്ടത്. ഇതിന് പ്രധാനമായും മൂന്ന് ഘടകങ്ങളുണ്ട്:

1. ജോലി ചെയ്യാൻ ആവശ്യമായ വിജ്ഞാനം
2. ഈ അറിവ് പ്രായോഗികതലത്തിൽ ഫലപ്രദമായി പ്രയോജനപ്പെടുത്തുവാനുള്ള കഴിവ്.
3. ഈ അറിവും കൈപ്പുണ്യവും സുഗമമായ രീതിയിൽ പ്രാവർത്തികമാക്കുവാൻ ആവശ്യമായ ചില പ്രത്യേക സ്വഭാവ വിശേഷതകൾ.

ഈ ഘടകങ്ങൾ കെട്ടിപ്പടുക്കുമ്പോൾ ശ്രദ്ധിക്കേണ്ട ഒരു വസ്തുത, ഇവയെല്ലാംതന്നെ കാലിക പ്രസക്തിയും, സാമ്പത്തിക മൂല്യവുമുള്ളതായിരിക്കണം എന്നതാണ്. തൊഴിൽ വിപണിയിൽ അന്നന്ന് വിലമതിക്കപ്പെടുന്ന യോഗ്യതകൾക്കും നൈപുണ്യങ്ങൾക്കും മാത്രമേ പരിഗണന ലഭിക്കുകയുള്ളൂ. മറ്റൊരു രീതിയിൽ പറഞ്ഞാൽ ഒരു വ്യക്തിയുടെ യോഗ്യതകൾക്കും, കഴിവുകൾക്കും, മത്സരക്ഷമതയ്ക്കും തൊഴിൽ വിപണി കൽപ്പിക്കുന്ന സാമ്പത്തിക മൂല്യമാണ് കരിയർ ക്യാപിറ്റൽ. ഒരേ യോഗ്യത കൈമുതലാക്കി യിരിക്കുന്ന ലക്ഷോപലക്ഷം തൊഴിലന്വേഷകരിൽ നിന്ന് നിങ്ങളെ വ്യത്യസ്തരാക്കുന്ന ഏത് കഴിവുകളെയും കരിയർ ക്യാപിറ്റലിൽ ഉൾപ്പെടുത്താവുന്നതാണ്. സ്വന്തം കഴിവുകളുടെ കലവറ തുടർച്ചയായി സമ്പന്നമാക്കി കൊണ്ടിരിക്കുമ്പോഴാണ് കരിയർ ക്യാപിറ്റലിന്റെ മൂല്യം വർദ്ധിക്കുന്നത്.

കരിയർ ക്യാപ്പിറ്റലിന്റെ പ്രാധാന്യം

വിജയകരമായ ഒരു കരിയർപാത സൃഷ്ടിക്കുന്നതിന് കരിയർ ക്യാപിറ്റൽ ഒഴിച്ചുകൂടാനാവാത്തതാണ്. തൊഴിൽ വിപണിയിലെ മത്സരവും അനിശ്ചിതത്വവും വർദ്ധിക്കുന്നതിനനുസരിച്ച് കരിയർ ക്യാപിറ്റലിന്റെ പ്രാധാന്യവും വർദ്ധിക്കുന്നു. കോവിഡ് എന്ന മഹാ മാരിയും, അതിനോടനുബന്ധിച്ച സാമ്പത്തികമാന്ദ്യവും സൂചിപ്പിക്കുന്നത്, വരുംനാളുകൾ തൊഴിലന്വേഷകരെ സംബന്ധിച്ചെടുത്തോളം കടുത്ത അനിശ്ചിതത്വത്തിന്റേതായിരിക്കുമെന്നാണ്. വരാനിരിക്കുന്ന അനിശ്ചിതത്വത്തിന്റെ മൂർദ്ധന്യാവസ്ഥയിൽ, തൊഴിലന്വേഷകർക്ക് സുരക്ഷാകവചം തീർക്കുവാൻ ശക്തമായ കാരിയർ ക്യാപിറ്റൽ കൂടിയേ തീരൂ.

ഗിഗ് ഇക്കണോമിയുടെ വളർച്ച കണക്കിലെടുക്കുമ്പോൾ, കരിയറിന്റെ അവസാനം വരെ ഒരേ ജോലിയിൽ തന്നെ തുടരുക എന്നതും

അപൂർവ്വമായിരിക്കും. അങ്ങനെ സംഭവിച്ചേക്കാവുന്ന ജോലി മാറ്റങ്ങളുടെ ആഘാതം കുറയ്ക്കുവാൻ ശക്തമായ കരിയർ ക്യാപിറ്റൽ ഉടമകളായിട്ടുള്ളവർക്ക് സാദ്ധ്യമാകുന്നു.

ഇനിയുള്ള നാളുകളിൽ ജോലികൾ, മാറേണ്ടി വരിക എന്നത് കരിയർ കാലഘട്ടത്തിന്റെ അവസാന നാളുകൾ വരെ തുടർന്നേക്കാൻ സാധ്യതയുണ്ട്. അതിനാൽ കരിയർ ക്യാപിറ്റലിന്റെ പ്രസക്തി കരിയർ അവസാനിക്കുന്നതുവരെ നിലനിൽക്കുന്നു എന്നുള്ളതാണ് വസ്തുത. ഇനി ജോലി മാറാൻ ഉദ്ദേശമില്ലെങ്കിൽ പോലും, ഇന്നത്തെ മത്സരാധിഷ്ഠിത ലോകത്ത്, അതിജീവനം ഉറപ്പിക്കണമെങ്കിൽ കരിയർ ക്യാപിറ്റൽ നിരന്തരം വർദ്ധിപ്പിച്ചുകൊണ്ടേയിരിക്കണം. ഇതിനായി ചെലവഴിക്കപ്പെടേണ്ടി വരുന്ന ധനവും, സമയവും, ഊർജ്ജവും എല്ലാം തന്നെ ഭാവിയിൽ സ്വന്തം തൊഴിൽ സംരക്ഷിക്കപ്പെടാനായിട്ടുള്ള ഒരു ദീർഘകാല നിക്ഷേപമായി കരുതിയാൽ മതി.

കരിയർ ക്യാപിറ്റൽ എങ്ങനെ ശക്തിപ്പെടുത്താം?

കരിയർ ക്യാപിറ്റൽ സൃഷ്ടിക്കുവാനുള്ള ശ്രമങ്ങൾ എത്രയും നേരത്തെ ആരംഭിക്കുന്നുവോ അത്രയും നല്ലത്. ഒരു ജോലിയെക്കുറിച്ച് സ്വപ്നം കാണാൻ തുടങ്ങുമ്പോൾ തന്നെ, ആ സ്വപ്ന സാക്ഷാത്കാരത്തിന് വേണ്ട മുതൽമുടക്ക് നടത്തി തുടങ്ങുവാനും തയ്യാറായിരിക്കണം. സ്കൂൾ പഠനകാലത്തുതന്നെ കരിയറിനെകുറിച്ച് ഒരു അവബോധം സൃഷ്ടിക്കുന്നതിനും, കരിയർ ക്യാപിറ്റൽ കെട്ടിപ്പടുക്കുന്നതിനുമുള്ള ശ്രമങ്ങൾ ആരംഭിക്കുന്നതാണ് അഭികാമ്യം.

കരിയർ ക്യാപിറ്റൽ ശക്തിപ്പെടുത്താനുള്ള മാർഗ്ഗങ്ങൾ

കരിയർ ക്യാപിറ്റലിന്റെ മാറ്റുകൂട്ടാനുതകുന്ന ചില പ്രധാന മാർഗ്ഗങ്ങൾ ഇവയാണ്:

1. കാലോചിതമായ വിജ്ഞാനവും നൈപുണ്യവും പരിചയ സമ്പത്തും നിരന്തരം പോഷിപ്പിച്ചുകൊണ്ടേയിരിക്കുക. തുടർ വിദ്യാഭ്യാസത്തിലൂടെയും പ്രവൃത്തിപരിചയം ആർജ്ജിക്കുന്നതിലൂടെയും പരിശീലനങ്ങളിലൂടെയുമെല്ലാം ഇത് നേടിയെടു ക്കാവുന്നതാണ്. പാർട്ടൈം ജോലി, സന്നദ്ധസേവനം തുടങ്ങിയവയെല്ലാം പരിചയസമ്പത്ത് നേടാൻ സഹായകമാകും.
2. കരിയർ ക്യാപിറ്റൽ വർദ്ധിപ്പിക്കാൻ സഹായിക്കുന്ന വ്യക്തിബന്ധങ്ങൾ സൃഷ്ടിക്കുകയും ശക്തിപ്പെടുത്തുകയും ചെയ്യുക. അനുയോജ്യമായ വ്യക്തിബന്ധങ്ങൾ, കരിയർ ക്യാപിറ്റൽ വികസിപ്പിക്കുന്നതിനു പുറമെ തൊഴിലന്വേഷണം സുഗമമാക്കുകയും ചെയ്യും.

3. ഔപചാരികവും, അല്ലാത്തതുമായ എല്ലാ മാർഗ്ഗങ്ങളിലൂടെയും വിജ്ഞാനവും, കഴിവും നിരന്തരം വളർത്തികൊണ്ടേയിരിക്കുക. കരസ്ഥമാക്കിയ കഴിവുകൾ പ്രയോഗിക്കുവാൻ ലഭിക്കുന്ന ഒരവസരവും പാഴാക്കാതിരിക്കുക.

4. സ്വന്തം വിഷയങ്ങളിലും, തിരഞ്ഞെടുക്കാനുദ്ദേശിക്കുന്ന മേഖലകളിലും നടക്കുന്ന സംഭവവികാസങ്ങളെ സസൂക്ഷ്മം നിരീക്ഷിക്കുകയും അവയ്ക്ക് അനുയോജ്യമായതരത്തിൽ കരിയർ ക്യാപിറ്റൽ കെട്ടിപ്പടുക്കുകയും ചെയ്യുക. ഏതെല്ലാം കഴിവുകൾക്ക് പ്രസക്തി വർദ്ധിക്കുന്നുവെന്നും ഏതെല്ലാം കഴിവുകൾക്ക് വിപണിമൂല്യം നഷ്ടപ്പെടുന്നുവെന്നും മനസ്സിലാക്കി വേണം കഴിവുകൾ സ്വായത്തമാക്കുവാൻ.

5. ഒരു വ്യക്തിക്ക് നന്നായി ചെയ്യാൻ കഴിയുന്ന കാര്യങ്ങൾ ചെയ്യുന്നത് കൂടുതൽ സംതൃപ്തിയും സന്തോഷവും നൽകിയേക്കാം എന്നുള്ളത് ശരിയാണ്. പക്ഷേ അത് മാത്രം ചെയ്തു കൊണ്ടിരി ക്കുകയും പുതിയവ ഒന്നുംതന്നെ ചെയ്യാതിരിക്കുകയും ചെയ്യുന്നത് വളർച്ച മുരടിപ്പിക്കും. മിക്കപ്പോഴും വളർച്ചയ്ക്കുള്ള അവസരങ്ങൾ സ്വന്തം സൗഖ്യ മണ്ഡലത്തിന് പുറത്തായിരിക്കും പ്രത്യക്ഷപ്പെടുക.

6. ഏതെങ്കിലും ഒരു പ്രത്യേക ജോലിയോടോ, മേഖലയോടോ തോന്നുന്ന അഭിനിവേശത്തിന്റെ പേരിൽ മാത്രം അവയിൽ ശ്രദ്ധ കേന്ദ്രീകരിക്കാതിരിക്കുക. അവയുടെ കാലിക പ്രസക്തിയും തൊഴിൽ വിപണിയിലുള്ള മൂല്യവും കൂടി കണക്കിലെടുത്തു വേണം കരിയർ ക്യാപ്പിറ്റൽ കെട്ടിപ്പടുക്കുവാൻ.

7. വ്യക്തമായ ലക്ഷ്യബോധമില്ലാത്ത പ്രവർത്തനങ്ങൾക്കായി സമയം കളയാതിരിക്കുക. സ്വന്തം പുരോഗതിക്ക് ഉതകാത്ത കാര്യങ്ങൾക്കായി ചെലവഴിക്കപ്പെടുന്ന സമയം കഴിയുന്നത്ര വെട്ടിച്ചുരുക്കുക. അമൂല്യമായ കാരിയർ ക്യാപിറ്റലിന് ഉടമകളായിട്ടുള്ളവരെല്ലാം തന്നെ ഇങ്ങനെ ചെയ്തിട്ടുള്ളവരാണ്.

8. കരിയർ ക്യാപിറ്റൽ വർദ്ധിപ്പിക്കുവാനുള്ള ശ്രമങ്ങൾക്ക് ഉദ്ദേശിച്ച ഫലം ഉടനടി ലഭിക്കണമെന്നില്ല. അങ്ങനെ സംഭവിക്കുമ്പോൾ ഒട്ടും നിരാശരാകാതെ ക്ഷമയോടെ ശ്രമങ്ങൾ തുടർന്നുകൊണ്ടേയിരിക്കുക. പാതിവഴിയിൽ വെച്ച് ശ്രമങ്ങൾ ഉപേക്ഷിക്കുന്നവർ എവിടെയും എത്താറില്ല.

ഇനി ഏതെങ്കിലും ഒരു ജോലിയോടോ മേഖലയോടോ പ്രത്യേക താല്പര്യം തോന്നുന്നു എന്നതുകൊണ്ടുമാത്രം ആ ജോലിയിൽനിന്ന് സംതൃപ്തി ലഭിച്ചുകൊള്ളണമെന്നില്ല. ആ ജോലി ചെയ്യുവാനുള്ള അറിവും കഴിവും കരസ്ഥമാക്കുമ്പോഴാണ് അത് തൃപ്തിദായകമായിത്തീരുന്നത്.

കരിയർ ക്യാപിറ്റൽ ശക്തിപ്പെടുത്തുന്നതിലൂടെ ലഭിക്കുന്ന പ്രയോജനങ്ങൾ:

മഹാമാരി സൃഷ്ടിച്ച സാമ്പത്തികമാന്ദ്യത്തിന്റെ പശ്ചാത്തലത്തിൽ തൊഴിൽ വിപണി മാറിമറിയുകയാണ്. തൊഴിലന്വേഷകരുടെ എണ്ണം വർദ്ധിക്കുകയും, തൊഴിലവസരങ്ങളുടെ എണ്ണം കുറയുകയും ചെയ്യുന്നു. ഇത് മത്സരത്തിന്റെ കടുപ്പം കൂട്ടുകയും തൊഴിൽ ക്ഷമതയുടെ പ്രാധാന്യം വർദ്ധിപ്പിക്കുകയും ചെയ്യുന്നു. തൊഴിൽ ക്ഷമത വർദ്ധിപ്പിക്കാനുള്ള ഏറ്റവും നല്ല മാർഗ്ഗം കഴിവുകൾ കാലോചിതമായി വികസിപ്പിക്കുക എന്നുള്ളതാണ്. ഇന്ന് സ്വപ്ന ജോലി നേടിയെടുക്കാൻ മാത്രമല്ല, തൊഴിൽ വിപണിയിലേക്ക് കടന്നുചെല്ലാൻ തന്നെ കരിയർ ക്യാപിറ്റൽ അനുപേക്ഷണീയമായി ത്തീർന്നിരിക്കുന്നു.

ശക്തമായ കരിയർ ക്യാപിറ്റലിനുടമകളായിട്ടുള്ളവർ ജോലിയിൽ കൂടുതൽ കാര്യക്ഷമത പ്രകടിപ്പിക്കുന്നവരായിരിക്കും. ഇത് കരിയറിൽ അവരുടെ വളർച്ചയുടെ വേഗം വർദ്ധിപ്പിക്കുന്നു.

സ്വന്തം ജോലിയിൽ കൂടുതൽ പ്രവർത്തന സ്വാതന്ത്ര്യം, എല്ലാ ജീവനക്കാരും ആഗ്രഹിക്കുന്നതായിരിക്കും. പക്ഷേ ചുരുക്കം ചിലർക്ക് മാത്രമേ അത് ലഭിക്കാറുള്ളൂ. കരിയർ ക്യാപിറ്റലിന്റെ വളർച്ച ഉയർന്ന കാര്യക്ഷമതയ്ക്ക് കാരണമാകുന്നു. കാര്യക്ഷമത വർദ്ധിക്കുന്നതിനനുസരിച്ച് പ്രവർത്തന സ്വാതന്ത്ര്യത്തിന്റെ തോത് വർദ്ധിക്കുന്നതായിട്ടാണ് കണ്ടുവരുന്നത്.

ഉയർന്ന കരിയർ ക്യാപിറ്റൽ കൈവരിച്ചവർക്ക്, ജോലി മാറ്റം ലളിതമായി കൈകാര്യം ചെയ്യാൻ കഴിയുന്നു. മാറിയ പരിതസ്ഥിതിയിൽ, കരിയർ കാലം മുഴുവനും ഒരേ ജോലിയിൽ തന്നെ തുടരുക എന്നത് വളരെ അപൂർവമാണ്.

കാലാനുസൃതമായ കഴിവുകളുടെ സഞ്ചയമാണ് നിങ്ങളുടെ കരിയർ ക്യാപിറ്റൽ എങ്കിൽ, തൊഴിൽ വിപണിയിൽ എന്നും നിങ്ങൾക്കായി പുതിയ കവാടങ്ങൾ തുറക്കപ്പെടും. കഴിവുകൾ നിരന്തരം മെച്ചപ്പെടുത്തുകയും, പുതിയവനേടുകയും ചെയ്തില്ലെങ്കിൽ കരിയർ ക്യാപിറ്റൽ അതിവേഗം കാലഹരണപ്പെട്ടുപോവുകയും ചെയ്യും. കാലത്തിന്റെ മാറ്റങ്ങളെ നേരിടാൻ നിങ്ങളെ തയ്യാറാക്കുന്ന പടച്ചട്ടയാണ് കരിയർ ക്യാപിറ്റൽ. അതിന്റെ മേൻമ വർദ്ധിപ്പിക്കുവാനായി എന്ത് ത്യാഗവും സഹിക്കുവാൻ തയ്യാറാകുന്നവരാണ് കരിയറിൽ അസൂയാവഹമായ വളർച്ച നേടുന്നവർ. മുകളിലെത്തിച്ചേരുവാൻ ശക്തി ആവശ്യമാണ്. അത് എവറസ്റ്റ് കൊടുമുടിയുടെ മുകളിലാണെങ്കിലും, സ്വന്തം കരിയറിലാണെങ്കിലും എന്ന എ.പി.ജെ. അബ്ദുൽ കലാമിന്റെ വാക്കുകൾ ശ്രദ്ധിക്കുക.

എന്താണ് ജോബ് ക്രാഫ്റ്റിംഗ്?

ജീവനക്കാരുടെ പ്രത്യേക കഴിവുകൾക്കും, സ്വഭാവ വിശേഷങ്ങൾക്കും അനുസരിച്ച് ജോലി ചെയ്യുന്ന രീതികളിൽ ചില്ലറ വ്യതിയാനങ്ങൾ വരുത്തുന്ന പ്രക്രിയയാണ് ജോബ് ക്രാഫ്റ്റിങ്ങ്. ജോലിയിൽ കാതലായ മാറ്റങ്ങൾ വരുത്താതെ, പരപ്രേരണ കൂടാതെ ജീവനക്കാർ സ്വമേധയാ നടപ്പിലാക്കുന്നവയാണ് ഈ മാറ്റങ്ങൾ. ഉദാഹരണത്തിന്, ഹോട്ടലിൽ ജോലിചെയ്യുന്ന ഒരു പാചകക്കാരന്റെ മുഖ്യ ജോലി ഉപഭോക്താക്കളുടെ ആവശ്യങ്ങൾക്കനുസരിച്ച് ഭക്ഷണം പാകം ചെയ്യുക, അടുക്കള വൃത്തിയായി സൂക്ഷിക്കുക തുടങ്ങിയവയായിരിക്കും. ഈ പാചകക്കാരൻ അല്പം സർഗശേഷിയുള്ള ഒരു വ്യക്തിയാണെങ്കിൽ ഭക്ഷണം പാത്രങ്ങളിൽ കലാപരമായി അലങ്കരിക്കുവാനും കൂടി കഴിഞ്ഞേക്കും. അയാളിൽ ഉറങ്ങിക്കിടക്കുന്ന ഈ കഴിവ് പ്രകടിപ്പിക്കുവാനുള്ള അവസരം ലഭിക്കുന്നത് അയാളെ കൂടുതൽ ഉന്മേഷവാനും, സംതൃപ്തനുമാക്കും. ഇത് ജോലിയിൽ കാതലായ മാറ്റങ്ങൾ വരുത്തുന്നില്ലെങ്കിൽ കൂടിയും, ജോലി ചെയ്യുന്ന വ്യക്തിക്ക് ജോലിയോടും ജോലി ചെയ്യുന്ന സ്ഥാപനത്തോടുമുള്ള സമീപനത്തിൽ സാരമായ വ്യത്യാസങ്ങൾ വരുത്തുന്നതായിട്ടാണ് കാണുന്നത്.

മറ്റൊരു ഉദാഹരണം കൂടി പറയാം. ഇടപഴകുന്നവരുമായി സമർത്ഥമായ രീതിയിൽ ആശയവിനിമയം നടത്താൻ കഴിവുള്ള ഒരു നഴ്സിന് രോഗികളുടെ ആരോഗ്യ പരിചരണത്തിന് പുറമേ അവരുമായി സുദൃഢമായ വ്യക്തിബന്ധങ്ങൾ കൂടി സൃഷ്ടിക്കുവാൻ കഴിഞ്ഞേക്കും. ഈ കഴിവ് കൂടി ഉപയോഗപ്പെടുത്തുവാൻ പറ്റുന്ന രീതിയിൽ നഴ്സിന് നൽകിയിട്ടുള്ള ജോലികളിൽ ചെറിയ രൂപഭേദം വരുത്തിയാൽ അത് നഴ്സിന് ജോലിയിൽ കൂടുതൽ സംരക്ഷണം നൽകുന്നതിനു പുറമേ സ്ഥാപനത്തിനും പ്രയോജന കരമായിരിക്കും.

ജോബ് ക്രാഫ്റ്റിങ്ങ് എന്ന ആശയം പ്രധാനമായും മൂന്നു വിധത്തിലാണ് നടപ്പിലാക്കുന്നത്:

ഒന്ന്, ടാസ്ക് ക്രാഫ്റ്റിങ്ങ് - ഒരു ജീവനക്കാരന് നൽകിയിട്ടുള്ള ദൗത്യങ്ങളുടെ എണ്ണത്തിലും, വ്യാപ്തിയിലും, തരത്തിലും നടത്തുന്ന മാറ്റങ്ങളാണ് ടാസ്ക് ക്രാഫ്റ്റിംഗ് എന്നറിയപ്പെടുന്നത്.

രണ്ട്, റിലേഷൻഷിപ്പ് ക്രാഫ്റ്റിങ്ങ് - തൊഴിലിടങ്ങളിലും പുറത്തുമുള്ള വ്യക്തിബന്ധങ്ങളിൽ വരുത്തുന്ന വ്യതിയാനങ്ങളിലൂടെ, ജോലിയുടെ സ്വഭാവത്തിൽ വരുത്തുന്ന മാറ്റങ്ങളാണ് റിലേഷൻഷിപ്പ് ക്രാഫ്റ്റിങ്ങ്

മൂന്ന്, കോഗ്നിറ്റീവ് ക്രാഫ്റ്റിങ്ങ് - ജീവനക്കാർ അവരുടെ ജോലിയോട് പുലർത്തുന്ന സമീപനത്തിൽ വ്യത്യാസം വരുത്തുന്നതുവഴി ചെയ്യുന്ന

ജോലി കൂടുതൽ അർത്ഥവത്താക്കുന്ന പ്രക്രിയയാണ് കോഗ്നിറ്റീവ് ക്രാഫ്റ്റിങ്ങ്. 2001ൽ മിച്ചിഗൺ യൂണിവേഴ്സിറ്റി പ്രൊഫസറായിരുന്ന ജേൻ ഇ. ഡറ്റൺ ആണ് ജോബ് ക്രാഫ്റ്റിങ്ങ് എന്ന ആശയത്തിന്റെ മുഖ്യ ആവിഷ്കർത്താവ്.

ജോബ് ക്രാഫ്റ്റിങ്ങിന്റെ പ്രാധാന്യവും പ്രയോജനങ്ങളും

ചെയ്യുന്ന ജോലി സ്വന്തം താല്പര്യങ്ങൾക്കും അഭിരുചികൾക്കും അനുസരിച്ച് രൂപമാറ്റം വരുത്തുവാനുള്ള സ്വാതന്ത്ര്യം ജീവന ക്കാർക്ക് തികച്ചും ആഹ്ലാദപ്രദവും പ്രചോദനകരവുമായിരിക്കും. ജോലിയിൽനിന്നും ലഭിക്കുന്ന സംതൃപ്തിയാണ് പലപ്പോഴും മറ്റ് പല പ്രതിഫലങ്ങളേക്കാൾ ജീവനക്കാരെ ജോലിയിലേക്ക് ആകർഷിക്കുന്നത്. അവനവനായി ജീവിക്കാനുള്ള ആഗ്രഹം എല്ലാവരിലും ഒളിഞ്ഞു കിടപ്പുണ്ടാകും. തൊഴിലിടങ്ങളിൽ തന്റെ ഇഷ്ടങ്ങൾക്കും കഴിവുകൾക്കും പരിഗണന ലഭിക്കുന്നു എന്നത് ജീവനക്കാർക്ക് വളരെ സന്തോഷം നൽകുന്ന കാര്യമാണ്. സ്വന്തം അഭിരുചികൾക്കനുസരിച്ച് ചെയ്യുന്ന ജോലിയിൽ മാറ്റം വരുത്താനുള്ള സ്വാതന്ത്ര്യം, അവ എത്രതന്നെ പരിമിതമായിരുന്നാലും ജീവനക്കാർ സഹർഷം സ്വാഗതം ചെയ്യുന്നതായിട്ടാണ് കാണുന്നത്.

ജോബ് ക്രാഫ്റ്റിങ്ങ് ജീവനക്കാർക്കും സ്ഥാപന ഉടമകൾക്കും ഒരുപോലെ പ്രയോജനപ്രദമാണ്.

ജോബ് ക്രാഫ്റ്റിങ്ങിന്റെ പ്രയോജനങ്ങൾ

1. ശരിയായ രീതിയിൽ സഹപ്രവർത്തകരുടെയും മേലുദ്യോഗസ്ഥരുടെയും സഹകരണത്തോടെ നടപ്പിലാക്കുന്ന ജോബ് ക്രാഫ്റ്റിങ്ങിലൂടെ 26 ശതമാനം വരെ ഉത്പാദനക്ഷമത വർദ്ധിച്ചതായി പല പഠനങ്ങളും കണ്ടെത്തിയിട്ടുണ്ട്.
2. ജീവനക്കാർക്ക് കൂടുതൽ ജോലി, കൂടുതൽ മെച്ചപ്പെട്ട രീതിയിൽ നിർവ്വഹിക്കുവാൻ ആവേശവും, പ്രചോദനവും നൽകുന്നു.

ഇത് ഉല്പന്നങ്ങളുടെ ഗുണമേന്മയും മത്സര ക്ഷമതയും വർദ്ധി പ്പിക്കുന്നു. ജീവനക്കാർക്ക് അവരുടെ ലക്ഷ്യങ്ങൾ നേടാനും, വ്യക്തിപരമായ വളർച്ച സുഗമമാക്കുവാനും കഴിയുന്നു. ജീവനക്കാരുടെ പരിശീലനത്തിന് ചെലവഴിക്കേണ്ടിവരുന്ന സമയത്തിൽ ഗണ്യമായ കുറവ് സംഭവിക്കുന്നു. ജോലി ഉപേക്ഷിച്ച് പോകുന്നവരുടെ എണ്ണം കുറയുന്നു. മൊത്തത്തിൽ ജീവനക്കാരുടെയും സ്ഥാപനങ്ങളുടെയും കാര്യക്ഷമത മെച്ചപ്പെടുന്നതു വഴി ലാഭവിഹിതത്തിൽ വർദ്ധനവുണ്ടാകുന്നു.

തൊഴിലുടമകൾക്കും, ജീവനക്കാർക്കും ജോബ് ക്രാഫ്റ്റിങ്ങിലൂടെ കൈവരിക്കാവുന്ന നേട്ടങ്ങളാണ് മേൽ വിവരിച്ചത്. ഇവയ്ക്ക് പുറമേ

ഉദ്യോഗാർഥികൾക്ക് ജോബ് ക്രാഫ്റ്റിങ്ങ് എങ്ങനെ പ്രയോജനപ്പെടുന്ന വെന്ന് പരിശോധിക്കാം.

ഇന്നത്തെ കടുത്ത മത്സരാധിഷ്ഠിത വിപണിയിൽ ആഗ്രഹിച്ച ജോലി ലഭിക്കുക എന്നത് വളരെ കുറച്ചു പേർക്ക് മാത്രം സാധിക്കുന്ന ഭാഗ്യമാണ്. ഭൂരിപക്ഷം പേരും ഇഷ്ടപ്പെട്ട ജോലി കിട്ടാത്തതുകൊണ്ടുമാത്രം കിട്ടിയത് ഇഷ്ടപ്പെടാൻ ശ്രമിച്ച് നാളുകൾ തള്ളിനീക്കുന്നവരായിരിക്കും. മനസ്സിനിണങ്ങാത്ത ജോലി, മാനസിക സമ്മർദ്ദം വർദ്ധിപ്പിക്കും. ഇത് അവരുടെ കുടുംബ ജീവിതത്തിലും പ്രതിഫലിക്കും. തൊഴിലുടമകളെയും ഇത് പ്രതികൂലമായി ബാധിച്ചേക്കും. ഇങ്ങനെയുള്ളവരുടെ എണ്ണം വർദ്ധിക്കുമ്പോൾ ഇതൊരു സാമൂഹ്യ പ്രശ്നമായി തന്നെ മാറുകയും ചെയ്യുന്നു.

ഇന്ന് വൻതുക ചെലവഴിച്ച് ഉന്നത ബിരുദങ്ങൾ കരസ്ഥമാക്കിയ പലരും ജോലി ചെയ്യുന്നത് ഈ യോഗ്യതകൾ ആവശ്യമില്ലാത്ത താഴ്ന്ന തസ്തികകളിലാണ്. എഞ്ചിനീയറിങ് വിദ്യാർഥികൾ കൂട്ടത്തോടെ ക്ലാർക്ക് പരീക്ഷയുടെ പരിശീലനത്തിന് ചേരുന്നത് ഇന്ന് സർവ്വ സാധാരണമായിരിക്കുന്നു. ഇത്തരത്തിൽ ആഗ്രഹിച്ച ജോലി ലഭിക്കാതെ ലഭിച്ച ജോലിയുമായി രമ്യതയിലാകുവാൻ ശ്രമിക്കുന്ന വർക്ക് ജോബ് ക്രാഫ്റ്റിങ്ങ് ഒരു വലിയ അനുഗ്രഹമാണ്. കിട്ടിയ ജോലി ഉപേക്ഷിക്കാൻ പറ്റാത്ത സാഹചര്യങ്ങളിൽ, ലഭിച്ച ജോലിയിൽ സ്വന്തം താല്പര്യങ്ങൾക്കനുസരിച്ച്, സ്വല്പം വ്യത്യാസങ്ങൾ വരുത്താനുള്ള സ്വാതന്ത്ര്യം വളരെയേറെ ആശ്വാസപ്രദമായിരിക്കും.

കോവിഡ് സൃഷ്ടിച്ച അപൂർവ്വ പ്രതിസന്ധിയുടെ പശ്ചാത്തലത്തിൽ ജോബ് ക്രാഫ്റ്റിങ്ങിന് കൂടുതൽ പ്രാധാന്യം കൈവന്നിരിക്കുന്നു. വരുംനാളുകളിൽ ഈ പ്രാധാന്യം വർദ്ധിക്കുവാനേ സാദ്ധ്യതയുള്ളൂ. അതിനാൽ തന്നെ കോർപ്പറേറ്റ് മേഖലയിലെ മനുഷ്യവിഭവശേഷി വിദഗ്ദ്ധർ ഈ മേഖലയിൽ വൻ താല്പര്യം പ്രകടിപ്പിച്ചു തുടങ്ങിയിരിക്കുന്നു.

വിജയം - മിഥ്യയും യാഥാർത്ഥ്യവും

"വിജയം എന്നത് യാദൃച്ഛികമല്ല അത് കഠിനാധ്വാനവും നിരന്തര പ്രയത്നവും, അറിവും, ത്യാഗവും, അതി ലെല്ലാമുപരി ചെയ്യുന്ന പ്രവർത്തിയോടുള്ള സ്നേഹവുമാണ്"

പെലെ

ജീവിതത്തിൽ വിജയം ആഗ്രഹിക്കാത്തവരായി ആരും കാണില്ല. ഈ ആഗ്രഹം സഫലമാകുന്നത് അല്പം ചിലർക്ക് മാത്രം. എന്തു കൊണ്ട് ഭൂരിപക്ഷം പേർക്കും ഇത് സാധ്യമാകുന്നില്ല എന്നതിനെ ക്കുറിച്ച് അനേകം പഠനങ്ങൾ നടന്നിട്ടുണ്ടെങ്കിലും, ഒരു ഏകാഭിപ്രാ യത്തിൽ എത്തിച്ചേരുവാൻ ഈ പഠനങ്ങൾക്കൊന്നും കഴിഞ്ഞിട്ടില്ല. പക്ഷേ ഈ പഠനങ്ങളിൽ ഭൂരിപക്ഷവും കണ്ടെത്തിയ ചില പൊതുത ത്വങ്ങൾ ഉണ്ട്. അവയിൽ പ്രധാനപ്പെട്ടത് ഇവയാണ്.

1. വിജയം യാദൃച്ഛികമായി സംഭവിക്കുന്ന ഒന്നല്ല. ശ്രദ്ധാപൂർവ്വം നടത്തുന്ന ആസൂത്രണത്തിലൂടെയും അച്ചടക്കത്തോടു കൂടിയ പ്രവർത്തനങ്ങളിലൂടെയും നേടിയെടുക്കുന്നതാണ്.

2. വിജയം നേടിയ എല്ലാവരും ഒരേ ജനിതക ഘടനയോ, ബുദ്ധി ശക്തിയോ, സാഹചര്യങ്ങളോ ഉള്ളവരായിരുന്നില്ല. അവരുടെ കഴിവുകളും വളർന്നുവന്ന പരിതസ്ഥിതികളും, മത്സരക്ഷമത യും എല്ലാം തന്നെ വ്യത്യസ്തങ്ങളായിരുന്നു.

3. ആരും വിജയികളായി ജനിക്കുന്നില്ല. അത് സ്വയം നേടിയെടു ക്കുന്നതാണ്. നിങ്ങളെ വിജയിയാക്കി തീർക്കുവാൻ നിങ്ങൾക്ക് മാത്രമേ കഴിയൂ. മറ്റാർക്കും ഇത് സാധ്യമല്ല.

4. വിജയിക്കണമെന്ന ശക്തിയായ ആഗ്രഹവും ഈ ആഗ്രഹം നടപ്പിൽ വരുത്താനുള്ള ഇച്ഛാശക്തിയും നിശ്ചയദാർഢ്യവും ഉണ്ടെങ്കിൽ മാത്രമേ വിജയം കൈവരിക്കാനാകൂ.

5. വിജയം നേടാനായി എല്ലാവർക്കും, ഏതു സാഹചര്യത്തിലും പ്രയോഗിക്കുവാനാകുന്ന ഒരു സൂത്രവാക്യം കണ്ടെത്തുക സാധ്യമല്ല.

6. പരാജിതർ ചെയ്യാനിഷ്ടപ്പെടാത്ത പല കാര്യങ്ങളും വിജയികൾ ചെയ്യുന്നുണ്ട്. അവർക്ക് ഇത് ഇഷ്ടമായതു കൊണ്ടല്ല അവർ ഇത് ചെയ്യുന്നത്. ലക്ഷ്യം നേടിയെടുക്കാനുള്ള അദമ്യമായ ആഗ്രഹം, ഈ അനിഷ്ടങ്ങൾ സഹിക്കുവാൻ അവരെ പ്രേരിപ്പിക്കുന്നു എന്ന് മാത്രം.

7. വിജയികൾ വിജയം സൃഷ്ടിക്കുന്നതിൽ വ്യാപൃതരാകുമ്പോൾ പരാജിതർ ഒഴികഴിവുകൾ കണ്ടെത്തുവാനാണ് സമയം ചെലവഴിക്കുന്നത്.

എന്താണ് വിജയം?

വിജയം എന്നത് പലർക്കും പലതാണ്. വളരെയധികം പണം സമ്പാദിക്കുന്നത് ചിലർ വിജയമായി കണക്കാക്കുമ്പോൾ, മറ്റു ചിലർക്ക് അധികാരം, പദവി, ആരാധകരുടെ എണ്ണം തുടങ്ങിയവ ആയിരിക്കാം വിജയത്തിന്റെ അളവുകോൽ. ഇതിനു പുറമേ മറ്റു പല മാനദണ്ഡങ്ങളും വിജയത്തിന്റെ അടിസ്ഥാനമായി കണക്കാക്കുന്നവരുണ്ട്. ഉദാഹരണത്തിന് ചുറ്റുപാടിൽ അർത്ഥവത്തായ സ്വാധീനം ചെലുത്തുവാനുള്ള കഴിവ്, വിജ്ഞാന സമ്പാദനത്തിന്റെ തോത്, സ്വന്തം വിധി നിർണ്ണയിക്കുവാനുള്ള കഴിവ് അങ്ങനെ പലതും.

വിജയത്തിന്റെ നിർവ്വചനം, ഓരോരുത്തർക്കും ഓരോ രീതിയിൽ ആയിരിക്കാം. എന്നാൽ ഭൂരിപക്ഷം പേർക്കും വിജയം എന്ന് പറയുന്നത് വ്യക്തിപരമായി സംതൃപ്തി നൽകുന്ന ജോലിയും ജീവിതവും ആയിരിക്കും. എല്ലാവർക്കും ഏതു സാഹചര്യങ്ങളിലും സ്വീകാര്യമായ ഒരു നിർവചനം കണ്ടെത്തുക എന്നത് പ്രയാസമാണ്. വ്യക്തികളുടെ ആവശ്യങ്ങൾക്കും, ആഗ്രഹങ്ങൾക്കും, അഭിരുചികൾക്കും, അളവുകോലുകൾക്കും അനുസരിച്ച് നിർവചനവും മാറുന്നു എന്നതാണ് യാഥാർത്ഥ്യം. പക്ഷേ നിർവചനം എന്തുതന്നെയായാലും, വിജയം നേടാനുള്ള പരിശ്രമങ്ങൾ ആരംഭിക്കുന്നതിനുമുമ്പ് എന്താണ് വിജയം എന്നതുകൊണ്ട് ഉദ്ദേശിക്കുന്നത് എന്ന കാര്യത്തിൽ വ്യക്തമായ കാഴ്ചപ്പാട് ഉണ്ടായിരിക്കണം. ഇല്ലെങ്കിൽ മുന്നോട്ടുള്ള യാത്ര തികച്ചും ദുഷ്കരമായിരിക്കും.

വിജയം കൈപ്പിടിയിലൊതുക്കുവാനുള്ള മാർഗ്ഗങ്ങൾ:

ജീവിതത്തിൽ എന്തായിത്തീരണമെങ്കിലും അതിനും ചില വ്യവസ്ഥാപിത മാർഗ്ഗങ്ങളുണ്ട്. ഒരു ഡോക്ടറോ, എൻജിനീയറോ, വക്കീലോ ആകണമെങ്കിൽ ഒരു നിശ്ചിത പ്രക്രിയയിലൂടെ കടന്നുപോയെങ്കിലേ സാധ്യമാകൂ. അതുപോലെ തന്നെ വിജയം കൈവരിക്കുവാനും ചില നിശ്ചിത മാർഗ്ഗങ്ങളിലൂടെ സഞ്ചരിച്ചേ മതിയാകൂ. ഈ മാർഗ്ഗങ്ങൾ എല്ലാവർക്കും എല്ലായ്പ്പോഴും ഒരുപോലെ പ്രയോജനപ്രദമായെന്ന് വരികയില്ല. പക്ഷേ പല പഠനങ്ങളിലൂടെയും ഉരുത്തിരിഞ്ഞുവന്ന ഈ നിഗമനങ്ങൾ ഭൂരിപക്ഷം പേർക്കും ഉപകാരപ്രദമാകുമെന്ന് കരുതുന്നു. ഇവയാണ് ആ നിഗമനങ്ങൾ:

1. സാഹചര്യങ്ങളെ മാറ്റുക എന്നത് ലളിതമല്ല. സാഹചര്യങ്ങളെ അതിജീവിക്കുവാനായി അനുയോജ്യമായ മാർഗ്ഗങ്ങൾ കണ്ടെത്തുകയാണ് വേണ്ടത്.
2. ഈ അതിജീവനത്തിന്റെ പൂർണ്ണ ഉത്തരവാദിത്വം അതാത് വ്യക്തികൾക്ക് തന്നെയാണ്.
3. വ്യത്യസ്ത ഘട്ടങ്ങളിൽ, വ്യത്യസ്ത വെല്ലുവിളികൾ നേരിടേണ്ടി വന്നേക്കാം. വെല്ലുവിളികളുടെ സ്വഭാവം മാറുന്നതിനനുസരിച്ച് നേരിടുന്ന രീതിയും മാറ്റേണ്ടതായിട്ടുണ്ട്. മുൻപ് വിജയം നേടാൻ സഹായിച്ചു എന്നത് കൊണ്ടു മാത്രം അവ പുതിയ വെല്ലുവിളികളെ നേരിടാൻ സഹായകമായി കൊള്ളണമെന്നില്ല.
4. വിജയികൾ പലപ്പോഴും പല പ്രത്യേക ശീലങ്ങൾക്കുടമകളായിരിക്കാം. ശ്രദ്ധാപൂർവ്വം നടത്തുന്ന നിരീക്ഷണങ്ങളിലൂടെ ഇവ കണ്ടെത്തി സ്വന്തം സാഹചര്യങ്ങൾക്ക് അനുയോജ്യമാണെന്ന് തോന്നുന്നവ സ്വീകരിക്കുക. അതുപോലെതന്നെ പരാജയപ്പെട്ടവർ എങ്ങനെ പരാജയപ്പെട്ടു എന്ന് കണ്ടെത്തി, അതേ തെറ്റുകൾ സ്വന്തം കാര്യത്തിൽ ആവർത്തിക്കാതിരിക്കുക.
5. വിജയത്തിന് അതിന്റേതായ മൂല്യമുണ്ട്. ഈ മൂല്യം നൽകുവാൻ തയ്യാറുള്ളവർക്ക് മാത്രമാണ് വിജയം ലഭ്യമാകുന്നത്. അച്ചടക്കത്തോടെയുള്ള പ്രവർത്തനങ്ങളാണ് പലപ്പോഴും വിജയത്തിന് നൽകേണ്ടി വരുന്ന വില.
6. സ്വന്തം പരാജയത്തിന്റെ കാരണം ചില പ്രത്യേക സാഹചര്യങ്ങളോ ബലഹീനതകളോ ആണെന്ന് കണ്ടെത്തിയാൽ ഇതേ ദൗർബല്യങ്ങൾ വിജയികൾക്കും ഉണ്ടായിരുന്നുവോ എന്നും, എങ്കിൽ അത് അവർ എങ്ങനെ പരിഹരിച്ചുവെന്നും കണ്ടെത്തുക.

7. വിജയത്തെ സഹായിക്കാനിടയുള്ള മുഴുവൻ സ്രോതസ്സുകളെയും കണ്ടെത്തി, കഴിയുന്നത്ര പ്രയോജനപ്പെടുത്തുക.

8. എല്ലാവരിൽനിന്നും എല്ലായിപ്പോഴും പ്രോത്സാഹനങ്ങൾ മാത്രം പ്രതീക്ഷിക്കാതിരിക്കുക. വിമർശനങ്ങളിലും നിരുൽസാഹപ്പെടുത്തലുകളിലും മനസ്സ് തളരാതെ സൂക്ഷിക്കുക.

9. സംഭവിച്ചുപോയ പരാജയങ്ങൾ പുത്തൻ ശ്രമങ്ങൾക്ക് തടസ്സം ആകാതിരിക്കുവാൻ ശ്രമിക്കുക. ഇന്നലെകളെ, ഇന്നിന്റെ സാധ്യതകളെ നശിപ്പിക്കാനനുവദിക്കരുത്. തിരിച്ചടികളിൽ പതറാതെ മുൻപോട്ടേക്കുള്ള യാത്ര തുടർന്നു കൊണ്ടിരിക്കുക.

ഈ മാർഗ്ഗങ്ങളെല്ലാം തന്നെ, എല്ലാവർക്കും, എല്ലായ്പ്പോഴും ഒരേ രീതിയിൽ പ്രയോജനപ്പെട്ടു കൊള്ളണമെന്നില്ല. സ്വന്തം ആവശ്യങ്ങൾക്കും സാഹചര്യങ്ങൾക്കും അനുസരിച്ച രീതിയിൽ വ്യതിയാനങ്ങൾ വരുത്തേണ്ടി വന്നേക്കാം.

വിജയം - ചില പൊതു തെറ്റിദ്ധാരണകൾ

വിജയത്തെക്കുറിച്ച് പലർക്കും വ്യത്യസ്ത ധാരണകളാണുള്ളത്. ഈ ധാരണകൾ എല്ലായ്പ്പോഴും ശരിയായിക്കൊള്ളണമെന്നില്ല. ഇത്തരത്തിലുള്ള ചില പൊതു തെറ്റിദ്ധാരണകളും അവയുടെ യഥാർത്ഥ സ്ഥിതിയും എന്താണെന്ന് പരിശോധിക്കാം.

1. വിജയം ചില പ്രത്യേക സാഹചര്യങ്ങളിൽ യാദൃച്ഛികമായി സംഭവിക്കുന്നതാണ്.

ഇത് പലപ്പോഴും ശരിയല്ല. പുറത്തുനിന്ന് വീക്ഷിക്കുന്നവർക്ക് ഇങ്ങനെ തോന്നാമെങ്കിലും പലപ്പോഴും ഇത് വർഷങ്ങളുടെ പരിശ്രമഫലങ്ങളുടെ പരിസമാപ്തിയായിരിക്കും എന്നുള്ള താണ് യാഥാർത്ഥ്യം.

2. ശരിയായ അവസരത്തിന്റെ ലഭ്യതയാണ് ഒരു വ്യക്തിയുടെ വിജയത്തിനു കാരണമാകുന്നത്.

പുറത്തുനിന്നു നോക്കുന്നവർ അവസരം മാത്രമേ കാണുന്നുള്ളൂ. ഇങ്ങനെയൊരു അവസരം വരുമ്പോൾ അത് പ്രയോജ നപ്പെടുത്തുവാനായി എത്രകാലം തയ്യാറെടുപ്പുകൾ നടത്തി എന്നുള്ളത് കാണാതെ പോകുന്നു. അനുയോജ്യമായ തയ്യാറെടുപ്പുകൾ, അവസരങ്ങളുമായി സന്ധിക്കുമ്പോഴാണ് ഭാഗ്യം ഉടലെടുക്കുന്നത്.

3. ഇന്നത്തെ മത്സരാധിഷ്ഠിത ലോകത്ത്, അസാധ്യമായ കഴിവും, ബുദ്ധിശക്തിയും കൈമുതലായിട്ടുള്ളവർ മാത്രമാണ് വിജയം കൈവരിക്കുന്നത്.

ഇത് ഒട്ടും ശരിയല്ല. വിജയികളായിത്തീരുന്നവരിൽ ബഹു ഭൂരിപക്ഷവും അസാമാന്യ ബുദ്ധിവൈഭവമോ, അമാനുഷ കഴിവുകളോ ഉള്ളവരായിരുന്നില്ല. ലഭ്യമായ കഴിവുകളും, സമയവും, അവസരവും വേണ്ടവിധത്തിൽ സ്വന്തം വിജയത്തിനായി ഉപയോഗപ്പെടുത്തുകയാണ് ഇവർ ചെയ്യുന്നത്. ഈ കഴിവുകൾ മെച്ചപ്പെടുത്താനായി അഹോരാത്രം പ്രയത്നിച്ചിട്ടുണ്ടാകാം എന്നുള്ളതാണ് വസ്തുത.

4. ഒറ്റ ലക്ഷ്യത്തിൽ ശ്രദ്ധ കേന്ദ്രീകരിക്കുന്നവർ എല്ലായിപ്പോഴും വിജയം കൈവരിക്കുന്നു.

ഇത് ഭാഗികമായി ശരിയാണ്. പക്ഷേ ഒറ്റ ലക്ഷ്യത്തിൽ ശ്രദ്ധ കേന്ദ്രീകരിക്കുന്നത് പലപ്പോഴും ഭാവനയെ പരിമിതപ്പെടുത്താനും, മുന്നിലൂടെ കടന്നുപോകുന്ന അവസരങ്ങളെ കാണാതെ പോകാനും ഇടയായേക്കാം.

5. വിജയികൾ ഒരിക്കലും തെറ്റ് വരുത്താത്തവരാണ്.

ഈ ധാരണ തികച്ചും തെറ്റാണ്. തെറ്റ് വരുത്താത്തവരായി ഈ ലോകത്ത് ആരും ഉണ്ടാകാനിടയില്ല. പ്രത്യേകിച്ചും നൂതനമായ മാർഗ്ഗങ്ങൾ പരീക്ഷിക്കുമ്പോൾ. വിജയികൾ സംഭവിച്ചു പോയ തെറ്റുകളിൽനിന്ന് പാഠം പഠിക്കുകയും അവ ആവർത്തിക്കാതെ നോക്കുകയും ചെയ്യുന്നു എന്നുള്ളതാണ് വ്യത്യസ്തത.

6. പ്രശസ്തിയാർജ്ജിച്ച വിദ്യാഭ്യാസസ്ഥാപനങ്ങളിൽ നിന്ന് ലഭിക്കുന്ന ചെലവേറിയ വിദ്യാഭ്യാസമാണ് വിജയത്തിലേക്ക് നയിക്കുന്നത്.

ഇത് ശരിയല്ല എന്ന് തെളിയിക്കുന്ന ഉദാഹരണങ്ങൾ നമുക്ക് ചുറ്റും എത്ര വേണമെങ്കിലും കാണാൻ കഴിയും. വളരാനുള്ള ചില ഉപകരണങ്ങൾ നൽകുക മാത്രമാണ് ഈ സ്ഥാപനങ്ങൾ ചെയ്യുന്നത്. ഇത് എല്ലാവരിലും ഒരേ പ്രതികരണമല്ല സൃഷ്ടിക്കുന്നത്. ഇത് എങ്ങനെ പ്രയോജനപ്പെടുത്തുന്നു എന്നതിനെ ആശ്രയിച്ചാണ് വിജയവും പരാജയവും സംഭവിക്കുന്നത്. മാത്രമല്ല ഈ കഴിവുകൾ കരസ്ഥമാക്കാൻ ഇപ്പോൾ ചെലവേറിയ വിദ്യാഭ്യാസ സ്ഥാപനങ്ങൾ തന്നെ വേണമെന്നുമില്ല. ചുരുങ്ങിയ ചെലവിൽ ഈ നൈപുണ്യങ്ങൾ കരസ്ഥമാക്കുവാനുള്ള പല ഹ്രസ്വകാല കോഴ്സുകളും ഇന്ന് നിലവിലുണ്ട്.

7. ഒരു വ്യക്തി അയാൾക്കിഷ്ടപ്പെട്ട കാര്യങ്ങളാണ് ചെയ്യുന്ന തെങ്കിൽ വിജയം സുനിശ്ചിതമാണ്.

ചില കാര്യങ്ങളെ സംബന്ധിച്ച് ഈ ധാരണ ശരിയായിരിക്കാം. പക്ഷേ ഇഷ്ടപ്പെട്ട കാര്യങ്ങൾ യാതൊരു വിപണി മൂല്യവും

ഇല്ലാത്തവയാണെങ്കിൽ ഇതൊരു വൃഥാ വ്യായാമമായി തീരുവാനിടയുണ്ട്. വിജയത്തെക്കുറിച്ച് നിലവിലുള്ള തെറ്റിദ്ധാരണകൾ തിരുത്തി, വ്യക്തമായ ഒരു സമീപനരീതി രൂപപ്പെടുത്തിയെടുത്തെങ്കിൽ മാത്രമേ വിജയത്തിലേക്കുള്ള യാത്ര സുഗമമാകൂ.

വിജയത്തിന്റെ മനശാസ്ത്രം

ഒരു വ്യക്തിയുടെ വിജയ പരാജയങ്ങളിൽ നിർണ്ണായക സ്വാധീനം ചെലുത്തുന്ന ഒന്നാണ് ആ വ്യക്തിയുടെ മനോഭാവം. ഈ മനോഭാവത്തിനനുസരിച്ചായിരിക്കും അയാളുടെ ആവശ്യങ്ങളും, അഭിലാഷങ്ങളും അത് നേടിയെടുക്കാനുള്ള കഴിവുകളും എല്ലാം രൂപപ്പെടുന്നത്. ഒരു വ്യക്തിയുടെ ചിന്തകളും, അനുഭവങ്ങളും, മൂല്യങ്ങളും എല്ലാം തന്നെ മനോഭാവരൂപീകരണത്തിൽ വലിയ പങ്കു വഹിക്കുന്നു.

മനോഭാവത്തെക്കുറിച്ചും, അത് വ്യക്തികളിൽ സൃഷ്ടിക്കുന്ന മാനസിക ചട്ടക്കൂടുകളെ(Mind set)ക്കുറിച്ചുമെല്ലാം സ്റ്റാൻഫഡ് സർവ്വകലാശാലയിലെ മനഃശ്ശാസ്ത്ര വിദഗ്ധ കരോൾ എസ്. ഡ്വെക് നടത്തിയ ചില പഠനങ്ങൾ വളരെയേറെ ശ്രദ്ധ അർഹിക്കുന്നവയാണ്.

ഈ പഠനങ്ങളുടെ പ്രധാന കണ്ടെത്തലുകൾ ഇവയാണ്:

വ്യക്തികൾ രണ്ടുതരം മൈൻഡ് സെറ്റുകൾക്ക് ഉടമയാണ്. ഒന്ന് ഫിക്സഡ് (സ്ഥിരം) മൈൻഡ് സെറ്റും, മറ്റൊന്ന് ഗ്രോത്ത് (വളർച്ച) മൈൻഡ് സെറ്റും. സ്വന്തം ബൗദ്ധിക നിലവാരവും, ബലഹീനതകളും, നൈപുണ്യങ്ങളും എല്ലാം സ്ഥിരമാണെന്നും, അതിൽ സാരമായ വ്യത്യാസങ്ങളൊന്നും വരുത്തുവാൻ സാദ്ധ്യമല്ലെന്നും വിശ്വസിക്കുന്നവരാണ് ഫിക്സഡ് മൈൻഡ് സെറ്റിന്റെ ഉടമകൾ.

അതേസമയം ഇവയെല്ലാംതന്നെ പഠനങ്ങളിലൂടെയും പരിശ്രമങ്ങളിലൂടെയും വളർത്തിയെടുക്കാമെന്ന് ഗ്രോത്ത് മൈൻഡ് സെറ്റിനുടമകളായിട്ടുള്ളവർ ഉറച്ച് വിശ്വസിക്കുന്നു.

ഈ വിശ്വാസങ്ങൾ തമ്മിലുള്ള പ്രധാന വ്യത്യാസം ഇവയാണ്:

ഫിക്സ്ഡ് മൈൻഡ് സെറ്റ്	ഗ്രോത്ത് മൈൻഡ് സെറ്റ്
1. സ്വന്തം ബുദ്ധിശക്തിയും, മറ്റ് പാടവങ്ങളുമെല്ലാം തന്നെ ജന്മസിദ്ധമാണ്. ഇതിൽ മാറ്റം വരുത്തുക സാധ്യമല്ല.	അടിസ്ഥാനപരമായ കഴിവുകൾ കൂടുതൽ വിജ്ഞാനം നേടുന്നതിലൂടെയും ഉചിതമായ പരിശീലന പദ്ധതികളിലൂടെയും വികസിപ്പിക്കാവുന്നതാണ്.

2. ചില വ്യക്തികൾക്ക് ചില പ്രത്യേക കഴിവുകൾ ഉണ്ടായിരിക്കാം. സാഹിത്യം, സംഗീതം തുടങ്ങിയവ പോലെ. മറ്റു ചിലർക്കതുണ്ടാവില്ല.	വലിയൊരളവുവരെ ഈ കഴിവുകൾ സ്ഥിര പരിശ്രമങ്ങളിലൂടെയും, പരിശീലനങ്ങളിലൂടെയും നേടിയെടുക്കാവുന്നതാണ്.
3. സ്വന്തം പ്രവർത്തനങ്ങളെക്കുറിച്ച് മറ്റുള്ളവരുടെ പ്രതികരണങ്ങൾ പാടെ അവഗണിക്കുകയും, വിമർ ശനങ്ങളെ അമിതമായി ഭയപ്പെടുകയും ചെയ്യുന്നു.	വിമർശനങ്ങൾ വസ്തുനിഷ്ഠമാണെങ്കിൽ അവയിൽനിന്ന് പാഠങ്ങൾ പഠിക്കുകയും തെറ്റ് തിരുത്തി മുന്നോട്ടു പോവുകയും ചെയ്യുന്നു.
4. മറ്റുള്ളവരുടെ വിജയങ്ങൾ അസൂയയും, അസ്വസ്ഥതയും സൃഷ്ടിക്കുന്നു.	മറ്റുള്ളവരുടെ വിജയങ്ങളിൽ നിന്ന് പാഠങ്ങൾ ഉൾക്കൊള്ളുന്നു.
5. പുത്തൻ വെല്ലുവിളികളിൽ നിന്നും ഒഴിഞ്ഞു മാറുന്നു. കാരണം ഇത് അവരുടെ ദൗർബല്യങ്ങളെ തുറന്നു കാട്ടിയേക്കാമെന്ന് ഭയപ്പെടുന്നു.	വെല്ലുവിളികളെ ധൈര്യപൂർവ്വം നേരിടുന്നു. കാരണം ഒന്നുകിൽ അവർ അതിനു തയ്യാറെടുത്തിരിക്കും, അല്ലെങ്കിൽ പരിശീലനങ്ങളിലൂടെ ഇത് സാദ്ധ്യമാകുമെന്ന് ഉറച്ചു വിശ്വസിക്കുന്നു.
6. അടിസ്ഥാന കഴിവുകൾ മാറ്റങ്ങൾക്കു വിധേയമല്ലെന്ന് വിശ്വസിക്കുന്നതിനാൽ തുടർ പഠനങ്ങളും പരിശീലനങ്ങളും പാടെ അവഗണിക്കുന്നു.	പഠനവും പരിശീലനവും വൈദഗ്ധ്യത്തിലേക്ക് നയിക്കുന്ന പാതകളായി കരുതി അവയ്ക്ക് ഉയർന്ന മുൻഗണന നൽകുന്നു.

ഫിക്സഡ് മൈൻഡ്സെറ്റിനുടമകളായിട്ടുള്ളവർ, നൂതന സംഭവ വികാസങ്ങളെക്കുറിച്ചറിയുവാൻ ഒട്ടും താല്പര്യം കാണിക്കുന്നില്ല. കാരണം അറിഞ്ഞിട്ടും അവർക്കതിൽ കാര്യമായൊന്നും ചെയ്യാനില്ല എന്നവർ വിശ്വസിക്കുന്നു. സ്വയം മാറാൻ തയ്യാറാകാതെ ലോകം മാറാൻ വേണ്ടി കാത്തിരിക്കുന്നവരാണിവർ. ഇത് ഇന്നത്തെ സാഹചര്യങ്ങളിൽ ഒട്ടും അഭിലഷണീയമല്ല. നിങ്ങൾ ഏതുതരം മൈൻഡ്സെറ്റിനുടമകളാണെന്നത്, ജീവിതത്തിലെ വെല്ലുവിളികൾ നേരിടുന്നതിലും, വളർച്ച ഉറപ്പുവരുത്തുന്നതിലും വൻ സ്വാധീനം ചെലുത്തുന്നു എന്നാണ് കരോൾ ഡ്വക്കിന്റെ പഠനങ്ങൾ വ്യക്തമാക്കുന്നത്.

വിജയം കൈവരിക്കുന്നതുമായി ബന്ധപ്പെട്ട മനഃശ്ശാസ്ത്ര മേഖലയിലുണ്ടായ മറ്റൊരു സംഭവവികാസമാണ് 1998ൽ രംഗത്തുവന്ന പോസിറ്റീവ് സൈക്കോളജിയുടെ ആവിർഭാവം. കോർണൽ, പെൻസിൽവാനിയ തുടങ്ങിയ യൂണിവേഴ്സിറ്റികളിൽ ക്ലിനിക്കൽ സൈക്കോളജി പ്രൊഫസറായിരുന്ന മാർട്ടിൻ സെലിഗ്മാനാണ് ഈ ഉപശാഖയുടെ ഉപജ്ഞാതാവ്. ഇദ്ദേഹം അമേരിക്കൻ സൈക്കോളജിസ്റ്റ് അസോസിയേഷന്റെ പ്രസിഡണ്ട് കൂടിയായിരുന്നു. പരമ്പരാഗത സൈക്കോളജി, മാനസിക വൈകല്യങ്ങൾക്ക് പരിഹാരം കണ്ടെത്തുന്നതിൽ ഊന്നൽ നൽകുമ്പോൾ, പോസിറ്റീവ് സൈക്കോളജി ജീവിതത്തെ കൂടുതൽ അർത്ഥപൂർണ്ണവും, സംതൃപ്തവുമാക്കാനുള്ള മാർഗ്ഗങ്ങൾക്കാണ് പ്രാധാന്യം നൽകുന്നത്.

മനുഷ്യന്റെ ചിന്തകളും പെരുമാറ്റരീതികളും ആഴത്തിൽ പഠിച്ച് അവയുടെ ന്യൂനതകൾ പരിഹരിക്കുകയും, സാദ്ധ്യതകളെ ശക്തിപ്പെടുത്തുകയും ചെയ്ത് ജീവിതം സമ്പൂർണ്ണവും, സംതൃപ്തവുമാക്കി തീർക്കാനുള്ള ശാസ്ത്രീയ മാർഗ്ഗങ്ങൾ കണ്ടെത്തുക എന്നതാണ് പോസിറ്റീവ് സൈക്കോളജിയുടെ ലക്ഷ്യം.

വിജയം നേടാൻ സഹായകമായേക്കാവുന്ന പോസിറ്റീവ് സൈക്കോളജിയുടെ ചില കണ്ടെത്തലുകൾ ഇവയാണ്.

ഒന്ന്, പോരായ്മകളിൽ മാത്രം ശ്രദ്ധ കേന്ദ്രീകരിക്കാതെ, ലഭ്യമായ കഴിവുകൾ പ്രബലപ്പെടുത്തുന്നതിന് കൂടുതൽ പ്രാമുഖ്യം നൽകുക.

രണ്ട്, ജീവിതത്തിന്റെ ഇരുണ്ട വശങ്ങൾ മാത്രം കണ്ടെത്തി, അവയെ ക്കുറിച്ച് വ്യാകുലപ്പെടുന്നതിന് പകരം ക്രിയാത്മക വശങ്ങൾക്ക് ഊന്നൽ നൽകുന്നത് കൂടുതൽ സന്തോഷവും സംതൃപ്തിയും നൽകും.

മൂന്ന്, മറ്റുള്ളവരോട് സഹകരിക്കുന്നതും, അവരെ സഹായിക്കുന്നതുമെല്ലാം സ്വന്തം സന്തോഷം വർദ്ധിപ്പിക്കും.

നാല്, സമ്പത്ത് വാരിക്കൂട്ടുന്നതിൽ മാത്രം ശ്രദ്ധ കേന്ദ്രീകരിക്കാതെ, മനസ്സിന് സുഖവും സന്തോഷവും നൽകുന്ന കാര്യങ്ങൾക്ക് കൂടി സമയം കണ്ടെത്തുക.

പോസിറ്റീവ് സൈക്കോളജിയും, കരോൾ ഡ്വെക്കിന്റെ പഠനങ്ങളും കുറ്റമറ്റതല്ലെങ്കിൽ പോലും ശരാശരി ജീവിതത്തെ, സമ്പൂർണ്ണതയിലേക്ക് നയിക്കുവാൻ ഇവ രണ്ടും വളരെ സഹായകമാകുമെന്ന കാര്യത്തിൽ സംശയമില്ല.

ആരും വിജയികളായി ജനിക്കുന്നില്ല. വിജയം നേടിയെടുക്കുന്നതാണ്. നിങ്ങളുടെ വിജയത്തിന്റെ സൃഷ്ടികർത്താവ് നിങ്ങൾ

തന്നെയാണ്. സാഹചര്യങ്ങളുടെ സൃഷ്ടിയാകുവാൻ ആർക്കും കഴിയും. ഭൂമിയിലെ ജീവജാലങ്ങൾക്കിടയിൽ സാഹചര്യങ്ങൾ മാറ്റുവാൻ കഴിവുള്ള ഏകജീവി മനുഷ്യനാണ്. കഴിവില്ലാത്തതുകൊണ്ടല്ല പലരും വിജയിക്കാത്തത്. ഉള്ളവയെ വളർത്തിയെടുക്കാനുള്ള ആത്മാർത്ഥ ശ്രമങ്ങളുടെ അഭാവമാണ് പലരെയും വിജയത്തിൽനിന്നകറ്റുന്നത്. ഇത് സ്വന്തം കാര്യത്തിൽ സംഭവിക്കാതിരിക്കാൻ പ്രത്യേകം ശ്രദ്ധിക്കുക.

പരാജയങ്ങളെ പ്രചോദനങ്ങളാക്കി മാറ്റാം

*"ഒരു വാതിൽ അടയുമ്പോൾ മറ്റൊന്ന്
തുറക്കപ്പെടുന്നു. പക്ഷേ നാം പലപ്പോഴും
അടഞ്ഞ വാതിൽ നോക്കി ദുഃഖിച്ച് നിൽക്കുന്നത് കൊണ്ട്
നമുക്കുവേണ്ടി തുറക്കപ്പെട്ട മറ്റേ വാതിൽ കാണാതെ പോകുന്നു"*

- അലക്സാണ്ടർ ഗ്രഹാംബെൽ

ഏത് രംഗത്തായാലും, ലോകമൊട്ടാകെ തന്നെ ജയപരാജയങ്ങളുടെ മത്സരക്കളമായി മാറിയിരിക്കുന്നു. എല്ലാവരും, എല്ലായ്പ്പോഴും ജയിക്കുന്നില്ല. അതിനാൽ തന്നെ പരാജയകലയെ ജീവിതത്തിന്റെ അവിഭാജ്യഘടകമായി ഉൾക്കൊള്ളിക്കേണ്ടത് അത്യാവശ്യമായി തീർന്നിരിക്കുന്നു. എങ്ങനെ തോൽക്കാമെന്ന് പഠിക്കേണ്ടത് ഇന്നത്തെ മത്സരാധിഷ്ഠിത ലോകത്ത് എങ്ങനെ വിജയിക്കാമെന്ന് പഠിക്കേണ്ടതിനേക്കാൾ പ്രാധാന്യമർഹിക്കുന്നു.

ആഗ്രഹിച്ച ലക്ഷ്യങ്ങൾ നേടാൻ കഴിയാതെ വരുന്നതിനെയാണ് നമ്മൾ തോൽവി എന്ന പദംകൊണ്ട് അർത്ഥമാക്കുന്നത്. ഇത് പലപ്പോഴും ആപേക്ഷികമാണ്. പരാജയത്തെ എങ്ങനെ വ്യാഖ്യാനിക്കുന്നു എന്നുള്ളതിനനുസരിച്ചായിരിക്കും പരാജയത്തിന്റെ പ്രത്യാഘാതങ്ങൾ. വ്യാഖ്യാനത്തിൽ പിഴവ് വരുമ്പോഴാണ് താത്ക്കാലിക തിരിച്ചടികളെപ്പോലും മൊത്തത്തിലുള്ള പരാജയമായി പരിഗണിക്കപ്പെടുന്നത്. ഭൂമിയിലെ മറ്റൊരു ജീവിയും താൽക്കാലിക തിരിച്ചടികളിൽ തളരുന്നില്ല. അവ പരാജയങ്ങൾ പരിഗണിക്കാതെ പ്രയത്നങ്ങൾ

ുടർന്നുകൊണ്ടേയിരിക്കുന്നു. ഇര പിടിക്കാൻ ശ്രമിക്കുന്ന സിംഹം എത്ര തവണ പരാജയപ്പെട്ടാലും ശ്രമത്തിൽനിന്ന് പിന്തിരിയുന്നില്ല. പരാജയപ്പെട്ടു എന്ന് കരുതി വിഷണ്ണനായിരുന്നാൽ ആ സിംഹം പട്ടിണി കിടന്ന് ചാവുകയേയുള്ളൂ. ആഹാരം തേടുന്ന ഉറുമ്പുകളുടെയും, വല കെട്ടുന്ന ചിലന്തിയുടെയുമെല്ലാം സ്ഥിതി ഇതുതന്നെയാണ്. മനുഷ്യൻ മാത്രമാണ് തോൽവികളിൽ അതിർകടന്ന് തളർന്നുപോവുകയും പരാജയങ്ങളുടെ ദുഃഖസ്മരണകളെ ജീവിതം മുഴുവൻ നിലനിർത്തുകയും ചെയ്യുന്നത്.

പരാജയം എന്ന വലിയ പാഠം

പരാജയങ്ങൾ വേദന സൃഷ്ടിക്കുന്നു. പക്ഷേ ഈ വേദനകളാണ് പരാജയങ്ങളെക്കുറിച്ച് നമ്മെ ബോധവാന്മാരാക്കുന്നതും, പരിഹാരങ്ങൾ നേടുന്നതിന് സഹായിക്കുന്നതും. പരിക്കേൽക്കുമ്പോൾ വേദനയുണ്ടാകുന്നതുപോലെ. വേദനയുണ്ടാകുന്നതുകൊണ്ടാ ണല്ലോ നാം പരുക്കിനെക്കുറിച്ച് അറിയുന്നതും, പരിഹാരങ്ങൾ കണ്ടെത്തുന്നതും. പരാജയങ്ങളെയും അതുപോലെ അനുയോജ്യമായ പരിഹാരങ്ങൾ കണ്ടെത്താനുള്ള ഒരു മുന്നറിയിപ്പായി മാത്രം പരിഗണിച്ചാൽ മതി. ഓരോ തോൽവിയും നമുക്ക് സമ്മാനിക്കുന്നത് ജയിക്കാനുള്ള പാഠങ്ങളാണ്. ഏത് പരാജയത്തെയും തിരുത്തിക്കുറിക്കുവാനുള്ള വഴികളുണ്ടാകും. ആ വഴികൾ തിരിച്ചറിഞ്ഞ് സമയോചിതമായ തിരുത്തലുകൾ നടത്താനുള്ള സന്ദർഭങ്ങളാണ് പരാജയങ്ങൾ പ്രദാനം ചെയ്യുന്നത്. ഇന്ന് വിജയത്തിന്റെ മറുവാക്കായി മാറിയ പല വിജയികളുടെയും പിന്നിൽ പരാജയങ്ങളുടെ ഒരു നീണ്ട പരമ്പര തന്നെ കാണാം. കയ്പേറിയ പരാജയങ്ങളിൽ നിന്ന് വേണ്ട രീതിയിൽ പാഠങ്ങൾ ഉൾക്കൊണ്ടവരാണിവർ. ഒരോ തോൽവികളും വ്യത്യസ്തമാണെന്നും എല്ലാ തോൽവികൾക്കും താൻ മാത്രമല്ല ഉത്തരവാദിയെന്നും മനസ്സിലാക്കിയവരാണ് ഇവർ. ഏത് തോൽവിയും വിജയത്തിലേക്കുള്ള പാതയെ കൂടുതൽ പ്രകാശമാനമാക്കുകയാണ് ചെയ്യുന്നത്. സ്വന്തം പരാജയങ്ങളുമായുള്ള ഏറ്റുമുട്ടലുകളാണ് ഒരു വ്യക്തിയുടെ അന്തർലീനമായ കഴിവുകളെ പുറത്തുകൊണ്ടുവരുവാൻ സഹായിക്കുന്നത്.

പരാജയം നേരിടുമ്പോൾ ചെയ്യേണ്ടത്

1. എല്ലാവരുടെയും എല്ലാ ശ്രമങ്ങളും എല്ലായ്പ്പോഴും വിജയിക്കുന്നില്ല എന്ന സത്യം ഉൾക്കൊള്ളുക. വിജയംപോലെ തന്നെ പരാജയവും ജീവിതത്തിന്റെ അവിഭാജ്യഘടകമാണ് എന്ന് തിരിച്ചറിയുക.
2. പരാജയങ്ങളോട് വൈകാരികമായി പ്രതികരിക്കാതെ അതിന്റെ കാര്യകാരണങ്ങളെ വസ്തുനിഷ്ഠമായി വിശകലനംചെയ്യുക.

എന്തുകൊണ്ട് പരാജയപ്പെട്ടുവെന്ന് ശാന്തമായി ചിന്തിക്കുകയും പിഴവുകൾ ആവർത്തിക്കാതിരിക്കുവാനുള്ള മുൻകരുതലുകൾ എടുക്കുകയും ചെയ്യുക.

3. ഏതു തോൽവിയിലും മനഃസാന്നിദ്ധ്യം നഷ്ടപ്പെടാതിരിക്കുവാൻ ബോധപൂർവ്വം ശ്രമിക്കുകയും ശുഭാപ്തി വിശ്വാസം നിലനിർത്തുകയും ചെയ്യുക.
4. എത്ര വലിയ പ്രതിസന്ധിയായാലും, ഇതും കടന്നുപോകും (This too will pass) എന്ന മനോഭാവം മുറുകെപ്പിടിക്കുക.
5. പരിഹാസങ്ങളോടും, കുറ്റപ്പെടുത്തലുകളോടും സമചിത്തതയോടെ, മാന്യത കൈവിടാതെ പ്രതികരിക്കുക.
6. തിരിച്ചടികളിൽ മനംനൊന്ത് വെല്ലുവിളികളിൽ നിന്നും എന്നെന്നേക്കുമായി ഒളിച്ചോടാതിരിക്കുക.
7. സമൂഹം തോൽവിയെ എങ്ങനെ കാണുമെന്നോർത്ത് അമിതമായി ഉൽക്കണ്ഠപ്പെടാതിരിക്കുക. നമ്മുടെ കാഴ്ചപ്പാടുകൾ മാറുമ്പോൾ മറ്റുള്ളവർക്ക് നമ്മളെക്കുറിച്ചുള്ള കാഴ്ചപ്പാടുകളും മാറും.
8. ഏതെങ്കിലും ഒരു കാര്യത്തിൽ സംഭവിക്കുന്ന തോൽവിയെ ജീവിതം മുഴുവനും പരാജയഭീതിയായി കൊണ്ട് നടക്കാതിരിക്കുക. സംഭവിച്ച തോൽവി ആ പ്രത്യേക സംഭവത്തെക്കുറിച്ച് മാത്രമുള്ളതാണെന്നും, മൊത്തം കഴിവുകളല്ല വിലയിരുത്തപ്പെട്ടതെന്നും മനസ്സിലാക്കി മുന്നോട്ട് പോവുക.

മഹാന്മാരായി തീർന്ന പരാജിതർ

പിന്നീട് ചരിത്രം മഹാന്മാരായി വാഴ്ത്തിയ പലരും അവരുടെ ചെറുപ്പകാലത്ത് ഒന്നിനും കൊള്ളാത്തവരായി ചിത്രീകരിക്കപ്പെട്ടവരായിരുന്നു. ഇതിൽ മനംനൊന്ത് പിന്മാറിയിരുന്നുവെങ്കിൽ ഇവരുടെ പിൽക്കാല സേവനങ്ങൾ ലോകത്തിന് ഒരിക്കലും ലഭിക്കുമായിരുന്നില്ല. ചരിത്രത്തിലുടനീളം ഇത്തരത്തിലുള്ള നിരവധി വ്യക്തികളെ കണ്ടെത്താൻ കഴിയും. ചില ഉദാഹരണങ്ങൾ മാത്രം ചൂണ്ടിക്കാണിക്കാം.

1. നാലുവയസ്സുവരെ സംസാരശേഷിയില്ലാതിരുന്ന ഒരു ബാലൻ തുടർന്നു സംസാരിക്കാൻ തുടങ്ങുകയും സ്കൂളിൽ ചേരുകയും ചെയ്തു. ഈ ബാലനെക്കുറിച്ച് അവന്റെ ക്ലാസ് ടീച്ചർ സ്കൂൾ രേഖകളിൽ എഴുതിയത് ഇങ്ങനെയായിരുന്നു.

   ബൗദ്ധിക നിലവാരം കുറഞ്ഞ, എപ്പോഴും വിഡ്ഢി സ്വപ്നങ്ങൾ കണ്ടു നടക്കുന്ന കുട്ടി. പിന്നീട് പോളിടെക്നിക് പ്രവേശന

ത്തിനുള്ള പരീക്ഷയിൽ ഈ ബാലൻ മൂന്നു തവണ പരാജയപ്പെട്ടു. നാലാമത്തെ തവണയാണ് കടന്നുകൂടാൻ പറ്റിയത്. ആ വിദ്യാർത്ഥി മറ്റാരുമായിരുന്നില്ല: സാക്ഷാൽ ആൽബർട്ട് ഐൻസ്റ്റീൻ. ശാസ്ത്രലോകത്ത് വിപ്ലവം സൃഷ്ടിച്ച ആപേക്ഷിക സിദ്ധാന്തത്തിന്റെ പിതാവ്.

2. ചെറുപ്പത്തിൽ പഠിപ്പിൽ യാതൊരു താൽപര്യവും കാണിക്കാത്തതിന്റെ പേരിൽ പലപ്പോഴും അദ്ധ്യാപകരുടെ ചൂരൽ പ്രയോഗത്തിന് വിധേയനാകേണ്ടി വന്ന വിദ്യാർത്ഥി. ഈ വിദ്യാർത്ഥി വേറൊരു വിദ്യാലയത്തിലേക്ക് മാറി പോയപ്പോൾ, ആ സന്തോഷം ആഘോഷിക്കാനായി അദ്ധ്യാപകർ സ്കൂളിന്ന് അര ദിവസം അവധി നൽകി എന്നാണ് പറയപ്പെടുന്നത്. പിന്നീട് ഈ വിദ്യാർത്ഥി മിലിറ്ററി കോളേജിൽ പ്രവേശനം നേടാൻ ശ്രമിച്ചപ്പോൾ രണ്ടു തവണ പരാജയപ്പെടുകയും മൂന്നാമത്തെ തവണ കഷ്ടിച്ച് കടന്നുകൂടുകയും ചെയ്തു. ഈ പരാജയങ്ങളിലും, ആക്ഷേപങ്ങളിലുമൊന്നും കലുങ്ങാതെ മുന്നോട്ടുപോയ ഈ വിദ്യാർത്ഥിയാണ് പിൽക്കാലത്ത് ബ്രിട്ടൻ അന്നേവരെ കണ്ടതിൽവെച്ച് ഏറ്റവും മഹാനായ പ്രധാനമന്ത്രി എന്ന് ചരിത്രം രേഖപ്പെടുത്തിയ വിൻസ്റ്റൺ ചർച്ചിൽ.

3. സ്കൂൾ പഠനകാലത്ത് ഒരിക്കൽ ആ വർഷത്തെ ഏറ്റവും മണ്ടനായി തിരഞ്ഞെടുക്കപ്പെട്ട ഒരു വിദ്യാർത്ഥിയുണ്ടായിരുന്നു. നീ പട്ടികളുടേയും, എലികളുടെയും പിറകെ ഓടിനടക്കുവാൻ മാത്രമേ കൊള്ളുകയുള്ളൂവെന്ന് ഈ ബാലന്റെ പിതാവ് സ്ഥിരമായി അവനെ ശകാരിക്കുമായിരുന്നു. പിൽക്കാലത്ത് പരിണാമ സിദ്ധാന്തം ലോകത്തിനു സമ്മാനിച്ച വിശ്വ പ്രശസ്തനായ ചാൾസ് ഡാർവിൻ ആയിരുന്നു ആ വിദ്യാർത്ഥി.

4. തുടർച്ചയായി പരാജയപ്പെടുന്നതിന്റെ പേരിൽ പലപ്പോഴും രക്ഷിതാക്കളെ സ്കൂളിൽ കൊണ്ടുവരേണ്ട ഗതികേടനുഭവിച്ച ഒരു വിദ്യാർത്ഥിയായിരുന്നു കെയിൻ. കോളേജുകളിൽ പോലും ഈ വിദ്യാർത്ഥിയ്ക്ക് ഇക്കണോമിക്സിന് വളരെ കുറഞ്ഞ മാർക്കാണ് ലഭിച്ചിരുന്നത്. ഈ വിദ്യാർത്ഥിയാണ് ഇന്ന് ആധുനിക ധനശാസ്ത്രത്തിന്റെ പിതാവ് എന്നറിയപ്പെടുന്ന ലോർഡ് കെയിൻ.

5. ആകാശവാണി നടത്തിയ ഒരു ഇന്റർവ്യൂവിൽ ഒരു ഉദ്യോഗാർത്ഥി തിരസ്കരിക്കപ്പെട്ടു. ഈ ഉദ്യോഗാർത്ഥിയുടെ സ്വരം മൈക്രോഫോണിനനുയോജ്യമല്ല എന്നതായിരുന്നു വിധികർത്താക്കളുടെ തീരുമാനം. ഈ ഉദ്യോഗാർത്ഥി നമ്മുടെ ഗാന ഗന്ധർവ്വൻ യേശുദാസായിരുന്നു എന്നറിയുമ്പോൾ അത്ഭുതം തോന്നുന്നില്ലേ.

ജീവിതത്തിന്റെ പ്രാരംഭഘട്ടത്തിൽ നേരിടേണ്ടിവന്ന പരാജയങ്ങളെ മറികടന്ന് നിസ്സങ്കോചം മുന്നോട്ടേയ്ക്ക് പോയവരായിരുന്നു ഈ പ്രതിഭാശാലികൾ. ഒരു പരീക്ഷയിലോ, ഇന്റർവ്യൂവിലോ പരാജയപ്പെട്ടപ്പോഴേക്കും, പരിശ്രമങ്ങൾ ഉപേക്ഷിക്കുന്ന നമ്മിൽ നിന്നും എത്രയോ വ്യത്യസ്തരായിരുന്നു അവർ. എത്ര ശക്തിയോടെ വലിച്ചെറിയപ്പെട്ടാലും, ഒരു റബ്ബർ പന്തിനെപോലെ അതേ ശക്തിയിൽ ഉയർന്ന് പൊങ്ങാൻ പറ്റുന്നവരാണ് അന്തിമ വിജയം കൈവരിക്കുന്നത്. തോൽക്കാതെ തോൽവി സമ്മതിച്ച് പിൻമാറുന്നതാണ് തോൽവിയേക്കാൾ വലിയ അപകടം. ജീവിതത്തിന്റെ ഗതി ഏതു ഘട്ടത്തിലും തിരിച്ചുവിടാവുന്നതേയുള്ളൂ. ഒരു പുനഃസൃഷ്ടി ആർക്കും സാദ്ധ്യമാണ്. ഈ പുനഃസൃഷ്ടിക്കാവശ്യമായ കഴിവുകൾ എല്ലാവരിലും ഒളിഞ്ഞി രിപ്പുണ്ട്. അവയെ തട്ടിയുണർത്തി പരിപോഷിപ്പിക്കുകയേ വേണ്ടൂ. തോൽക്കില്ലെന്ന് നിശ്ചയദാർഢ്യമുള്ളവർക്ക് മുന്നിൽ വിധിയും കീഴടങ്ങുമെന്നുള്ളതിന് ഉദാഹരണങ്ങൾ സുലഭമാണ്. ഇടയ്ക്ക് വെച്ച് ഇടറി വീഴുമ്പോൾ ശ്രമങ്ങൾ ഉപേക്ഷിക്കുന്നവർ എവിടെയും എത്തുന്നില്ല.

നമ്മൾ നേടണമെന്ന് സമൂഹം ആഗ്രഹിക്കുന്ന ചിലത് നേടാൻ പറ്റാതെ വരുമ്പോൾ അതിനെ തോൽവിയായി കണക്കാക്കാതിരിക്കുക. നേടുക എന്നതിനപ്പുറം സ്വന്തം കഴിവിന്റെ പരമാവധി ശ്രമിക്കുന്നതിലായിരിക്കണം ആനന്ദം കണ്ടെത്തേണ്ടത്. നമ്മുടെ തന്നെ സങ്കൽപ്പങ്ങളാണ് വിജയത്തിന്റെയും പരാജയത്തിന്റെയും അളവുകോലായി തീരേണ്ടത്. തിരിച്ചടികളിൽ ഉണ്ടാകേണ്ടത് വിഷാദമോ, ഇച്ഛാഭംഗമോ അല്ല. വസ്തുനിഷ്ഠമായ വിശകലനവും, തെറ്റ് തിരുത്താനുള്ള തന്റേടവും പുതിയ ചുവടുവെപ്പിനുള്ള ആസൂത്രണവുമാണ്.

www.ingramcontent.com/pod-product-compliance
Lightning Source LLC
LaVergne TN
LVHW040802051026
849519LV00007BA/2592
* 9 7 8 9 3 5 5 1 7 1 6 3 4 *